ராமன் வனவாசம் போன வழி
ஒரு தேடல்

# ராமன் வனவாசம் போன வழி

## ஒரு தேடல்

**சீர்ஷேந்து முகோபாத்யாய்** (பி. 1935)

வங்கமொழி நாவலாசிரியர், சிறுகதையாசிரியர். சிறார் இலக்கியத்தின் எல்லா வகைமைகளிலும் பங்களிப்பு செய்ததன் மூலம் அம்மொழியில் தனித்த இடம் பிடித்திருப்பவர். 1989இல் சாகித்ய அகாதெமி விருது பெற்ற இவருக்கு 2021இல் சாகித்ய அகாதெமி ஃபெல்லோஷிப் வழங்கி கௌரவப்படுத்தப்படுத்தியுள்ளது. இன்றைய வங்கதேசத்தின் மைமன் சிங் நகரத்தில் பிறந்த இவரது இளமைக்காலம் பிகார், வங்காளம், அஸ்ஸாமில் கழிந்தது. கல்கத்தா பல்கலைக்கழகத்திலிருந்து வங்கமொழியில் முதுகலைப்பட்டம் பெற்றார். பள்ளி ஆசிரியராகப் பணியைத் தொடங்கிப் பின்னர் பத்திரிகையாளராகப் பணியாற்றத் தொடங்கினார். *ஆனந்தபஜார்* பத்திரிகையில் பணியாற்றிவர். முதல் கதை 1959இல் வெளியானது. இவரது பல கதைகள் திரைப்படமாக்கப்பட்டுள்ளன. தமிழில் இவரது படைப்புகளாக என்பிடி வெளியீட்டில் ‘கறையான்’ என்ற நாவலும், ‘வங்கச் சிறுகதைகள்’ தொகுப்பில் ஒரு கதையும் வெளிவந்துள்ளன. இவரது குறுநாவல் ‘அத்தைக்கு மரணமில்லை’ காலச்சுவடு வெளியீடாக வந்துள்ளது.

### தி.அ. ஸ்ரீனிவாஸன் (பி. 1966)
மொழிபெயர்ப்பாளர்

துளுவைத் தாய்மொழியாகக் கொண்ட இவர், பிறந்ததும் வளர்ந்ததும் நாகர்கோவிலுக்கு அருகிலுள்ள திருப்பதிசாரம் கிராமத்தில். மத்திய அரசு நிறுவனம் ஒன்றில் பணிபுரிந்து விருப்ப ஓய்வு பெற்றுத் தற்போது தனது சொந்த கிராமத்தில் வசிக்கிறார். அகமத் ஹம்தி தன்பினாரின் துருக்கிய நாவலான 'நிச்சலனம்', சீர்ஷேந்து முகோபாத்யாயின் வங்கக் குறுநாவலான 'அத்தைக்கு மரணமில்லை' ரொமிலாதாப்பரின் 'எதிர்ப்புக் குரல்கள்' ஆகியவை இவரது மொழிபெயர்ப்புகள்.

சீர்ஷேந்து முகோபாத்யாய்

# ராமன் வனவாசம் போன வழி
ஒரு தேடல்

ஆங்கிலத்தில்
**பிரீத்தி**

தமிழில்
**தி.அ. ஸ்ரீனிவாஸன்**

காலச்சுவடு பதிப்பகம்

அன்பார்ந்த வாசகருக்கு,

வணக்கம்.

காலச்சுவடு நூலை வாங்கியமைக்கு நன்றி.

நூலின் உள்ளடக்கம், உருவாக்கம், அட்டைப்படம் இன்ன பிற அம்சங்கள் பற்றிய உங்கள் கருத்துகளையும் ஆலோசனைகளையும் காலச்சுவடு வரவேற்கிறது. தகவல், எழுத்து, வாக்கியப் பிழைகள் தென்பட்டால் கட்டாயம் தெரிவித்து உதவுங்கள். நூல் தயாரிப்பில் கடும் குறைபாடு இருப்பின் மாற்றுப் பிரதி உங்களுக்குக் கிடைக்கக் காலச்சுவடு ஏற்பாடு செய்யும்.

மின்னஞ்சல்: **publisher@kalachuvadu.com**

காலச்சுவடு நாகர்கோவில் அலுவலகத்திற்குக் கடிதம் அனுப்பலாம்.

தங்கள்
எஸ்.ஆர். சுந்தரம் (கண்ணன்)
பதிப்பாளர் – நிர்வாக இயக்குநர்

Exiled From Ayodhya, A Journey in Search of Ramayana

©Shirshendu Mukhopadhyay.

ராமன் வனவாசம் போன வழி: ஒரு தேடல் ❖ பயண நூல் ❖ ஆசிரியர்: சீர்ஷேந்து முகோபாத்யாய் ❖ ஆங்கிலத்தில்: பிரீத்தி ❖ ஆங்கிலத்திலிருந்து தமிழில்: தி.அ. ஸ்ரீனிவாஸன் ❖ மொழிபெயர்ப்புரிமை: தி.அ. ஸ்ரீனிவாஸன் ❖ முதல் பதிப்பு: அக்டோபர் 2023, இரண்டாம் பதிப்பு: நவம்பர் 2023 ❖ வெளியீடு: காலச்சுவடு பப்ளிகேஷன்ஸ் (பி) லிட்., 669, கே.பி. சாலை, நாகர்கோவில் 629001

**raaman vanavaacam poona vazi:** oru teeTal ❖ Travelogue ❖ Author: Shirshendu Mukhopadhyay ❖ Pratiti (English) ❖ Tamil Translation from English by T.A. Srinivasan ❖ Translation © T.A. Srinivasan ❖ Language: Tamil ❖ First Edition: October 2023 ❖ Size: Demy 1x8 ❖ Paper: 18.6 kg maplitho ❖ Pages: 96

Published by Kalachuvadu Publications Pvt. Ltd., 669, K.P. Road, Nagercoil 629001, India ❖ Phone: 91-4652-278525 ❖ e-mail: publications@kalachuvadu.com ❖ Printed at Print Point Offset Printers, Nagercoil 629001

ISBN: 978-81-19034-45-1

11/2023/S.No. 1212, kcp 4819, 18.6 (2) 9ss

# மொழிபெயர்ப்பாளர் குறிப்பு

2020இல் *Bee Books* வெளியீடாக வந்த *Exiled From Ayodhya – A Journey in Search of Ramayana* என்ற ஆங்கிலப் புத்தகத்தின் தமிழாக்கம் இது.

அயோத்தி முதல் சித்திரக்கூடம் வரையிலான இந்தப் பயணத்தை சீர்ஷேந்து எந்த ஆண்டு மேற்கொண்டார் என்பதற்கு நேரடிக் குறிப்பு எதுவும் புத்தகத்தில் இல்லை. ஆனால் ஆண்டை அறிந்துகொள்ள ஏழாவது அத்தியாயத்தில் ஒரு மறைமுகக் குறிப்பு உள்ளது. வங்க இசையமைப்பாளரும் பாடலாசிரியரும் பாடகருமான நிர்மலேந்து சௌத்ரி மரணமடைந்த செய்தியைப் பத்திரிகையில் படித்ததாக சீர்ஷேந்து சொல்கிறார். நிர்மலேந்து சௌத்ரி மறைந்தது 1981 ஏப்ரல் 18இல். எனவே இதை ஒட்டிய நாட்களில் சீர்ஷேந்து இந்தப் பயணத்தை மேற்கொண்டிருக்கலாம்.

அத்தியாயம் மூன்றில் ராமனின் பிறப்பைப் பற்றி வரும் இடத்தில் துளசிதாசரின் ராமசரிதமானசத்திலிருந்து சில பாடல் மேற்கோள்களும், ஏகதேச மொழிபெயர்ப்பும் ஆங்கிலத்தில் உள்ளன. ராமசரிதமானசத்தின் தேவநாகரி மூலத்துடன்கூடிய ஆங்கில மொழிபெயர்ப்பை *The Epic of Ram* என்று *Murthy Classical Library* ஆறு தொகுதிகளாக வெளியிட்டுள்ளது. இதன் இரண்டாம் தொகுதியின் தேவநாகரியிலிருந்து பாடல்களின் தமிழ்ப் பெயர்ப்பையும் ஆங்கில மொழிபெயர்ப்பிலிருந்து சாராம்சமான மொழிபெயர்ப்பையும் தந்திருக்கிறேன்.

புத்தகத்தில் ஆங்கங்கே ஹேமசந்திர பட்டாச்சார்யாவின் வால்மீகி ராமாயண வங்க மொழிபெயர்ப்பிலிருந்து ஆங்கில மொழிபெயர்ப்பு செய்யப்பட்டிருக்கிறது. உ.வே.சி.ஆர். ஸ்ரீநிவாஸய்யங்கார் மொழிபெயர்த்து தி லிட்டில் ப்ளவர் கம்பெனி வெளியிட்ட வால்மீகி ராமாயணம் அயோத்யா காண்டம் நூலை அடிப்படையாகக் கொண்டு ஆங்கில மொழிபெயர்ப்பில் இருப்பவற்றை நான் தமிழில் தந்திருக்கிறேன். காவிய நூல்களின் நடையை ஒட்டி இந்தத் தமிழ் மொழிபெயர்ப்பிலுள்ள வாக்கியங்களையும் வார்த்தைகளையும் சொற்சேர்க்கைகளையும் தேவைப்படும் இடங்களில் பயன்படுத்தியிருக்கிறேன்.

இந்நூலைப் படித்துவிட்டு நான் இதை மொழிபெயர்க்கும் விருப்பத்தைத் தெரிவித்ததும் அதற்கான உரிமையை வாங்கித் தந்த கண்ணனுக்கு என் மனமார்ந்த நன்றி. அரவிந்தன் இதன் முதல் வடிவைப் படித்துவிட்டு தனது கருத்துக்களைப் பகிர்ந்துகொண்டு, இந்த நூல் செம்மைப்பட உதவினார். அவருக்கு எனது நன்றி. நூல் வடிவமைப்பில் உதவிய ஆ. ஜரின் ஜெனிபருக்கும் இரா. ஹெமிக்கும் நன்றிகள்.

திருப்பதிசாரம் **தி.அ. ஸ்ரீனிவாஸன்**
*05-09-2023*

# 1

ராமன் வனவாசம் போகையில் எந்த வழியாகப் போயிருப்பான்? வால்மீகி ராமாயணம் நமக்கு ஓரளவு சரியான இட வர்ணனையைத் தருகிறது. தொல்பொருள் ஆய்வாளர்கள் அந்த இதிகாசத்தில் இடம்பெறும் இடங்களின் பெயர்களுக்கும் இன்று அந்த இடங்களின் பெயர்களுக்கும் உள்ள ஒற்றுமையைக் கண்டறிந்திருக்கிறார்கள். ஆனால் இன்றைய வரலாற்றாசிரியர்கள், தொல்பொருள் ஆய்வாளர்களில் பலரும் ராமன் சென்ற பாதை எது என்பதில் உறுதியாக இல்லை. என்றாலும், வால்மீகிக்கு அன்றைய பாரதவர்ஷத்தின் புவியியல் பற்றிய பரந்த அறிவு இருந்தது என்று கொள்வதில் ஒன்றும் தவறில்லை. எனவேதான் இந்த எழுத்தாளன் ராமாயணத்தில் விவரித்துள்ள பாதையை மீண்டும் தேடிக் கண்டுபிடிப்பதற்கான முயற்சியில் தீவிரமாக இறங்கினான். தனது அனுபவத்தைப் பயணக் கதையின் வடிவில் தந்திருக்கிறான்.

அயோத்தி என்று சொன்னாலே குழப்பம் என்றாகிவிட்டது.

முதல் எச்சரிக்கை நான் ரயிலில் இருக்கும் போதே வந்துவிட்டது. "ராம நவமி சமயத்திலா நீங்கள் போகப் போகிறீர்கள்? அதுவும் எந்த முன்னேற்பாடுகளும் இல்லாமல்? தங்குவதற்கு எப்படி இடம் கிடைக்கும்? இப்போதே ஒரே களேபரமாக இருக்கும். நீங்கள் ஃபரிதாபாத் போவதுதான் நல்லது. அயோத்தியிலிருந்து நாலைந்து கிலோ மீட்டர்தான்"

நான் டிக்கெட் எடுத்திருந்தது அயோத்திக்கு, ஃபரிதாபாத்துக்கு இல்லை. ஆனால், அப்போது நானிருந்த மனநிலையில் இது எனக்குத் தோன்றவே

இல்லை. எனவே, ரயில் அயோத்தியில் நுழையும்போதும் நான் பரபரப்பில்லாமல் உட்கார்ந்திருந்தேன். அப்போதுதான் ஒரு அதிசயம் நிகழ்ந்தது. எனது இந்தப் பயணத்தில் இதுவரையிலும் என்னிடம் டிக்கெட்டைக் கேட்க வேண்டும் என்று தோன்றியிராத டிக்கெட் பரிசோதகர் கூட்டத்தில் அவசர அவசரமாக முண்டியடித்துக் கொண்டு திடீரென்று என்முன் பிரசன்னமானார். மற்ற பயணிகளைக் கண்டுகொள்ளாமல், என்னிடம் கையை நீட்டி இந்தியில், "டிக்கெட்? எங்கே போக டிக்கெட் எடுத்திருக்கிறீர்களோ அதைத் தாண்டி போனீர்கள் என்றால் பெரிய சிக்கலாகிவிடும்" என்றார்.

என் விதி; நான் அயோத்தியில் பெட்டிபடுக்கையோடு இறங்க வேண்டிவந்துவிட்டது. என்றாலும் இப்படி நான் மட்டுமில்லை, என்னைப் போல ஆயிரம் பேர் இருந்தார்கள். அயோத்தி அனுபவம் சந்தோஷமானதாக இருக்கப்போவதில்லை என்பது எனக்கு அப்போதே தெரிந்துவிட்டது. போர்ட்டர் நாலு ரூபாய் கேட்டார்; ரிக்ஷாக்காரரோ ராம்காட்வரை போவதற்கு மூன்று ரூபாய் கேட்டார். ரயில் நிலையத்தின் எல்லையைக் கொஞ்சம் தாண்டி, நகரத்துக்குச் செல்லும் வழியில் ஒருவர் காவலர் மறித்தார்; காலரா தடுப்பூசி போடுவதற்காக அரசாங்கம் நியமித்திருந்த ஒருவரும் உடன் இருந்தார். தடுப்பூசி போட்டுக்கொள்ளாமல் உள்ளே போக முடியாது.

போர்ட்டர்களும் ரிக்ஷாக்காரர்களும் சண்டை போடுவதும் சமாதானமாவதுமாக இருக்கும்போதே, நான் தேர்ந்த ராணுவ வீரனைப் போலானேன். போர்ட்டர்களின் கண்ணில் மண்ணைத் தூவிவிட்டு என் பெட்டிபடுக்கையோடு நகர்ந்துவிட்டேன். ரிக்ஷாக்காரரோடு பேசும்போது என்னவோ மூன்று தலைமுறைகளாக அங்கேயே இருக்கும் குடும்பத்தைச் சேர்ந்தவனைப் போல நடந்துகொண்டேன். தடுப்பூசி போடுபவரிடம் அலட்சிய பாவத்தோடு என் அட்டையை நீட்டினேன். பத்திரிகைக்காரனுக்குக் காலரா வராது என்றில்லை, என் அட்டையிலும் அப்படி ஒன்றும் சொல்லவில்லை; காவலரும் தடுப்பூசி போடுபவரும் முகத்தில் கடுகடுப்புடன் அட்டையைத் திருப்பித் திருப்பிப் பலமுறை ஆராய்ந்தார்கள். பின்னர் வழிவிட்டு நின்று "நீங்கள் போகலாம்" என்றார்கள்.

பரந்த சாலையில் ரிக்ஷாக்கள் அனாயசமாகப் போவதும் வருவதுமாக இருந்தன; இதைக் கண்டதும் எனக்கு அயோத்தியின் எல்லாச் சாலைகளும் இவ்வளவு அகலமாக இருக்கும் என்ற நம்பிக்கை வந்தது – எல்லோரும் நம்மிடம் சொன்ன அளவுக்கு இந்த நகரம் அவ்வளவு பயங்கரமாக இருக்கப்போவதில்லை.

ஆனால், இந்தியாவின் எல்லாப் புனிதத் தலங்களின் பாரம்பரியத்திற்கும் பொருத்தமான அயோத்தியின் உண்மை நிறம் எனக்கு சீக்கிரமே தெரிய ஆரம்பித்தது. உண்மையில் அது இருளடைந்து, நெரிசலாக, பாழடைந்துபோய், அழுக்காக இருந்தது. மக்கள் கூட்டமோ அருவருப்பூட்டியது.

ஒன்று சொல்வார்கள்: ராமன் போனான், அவனோடு அயோத்தியும் போயிற்று என்று. எனக்கு இது நன்றாகத் தெரிந்ததுதான். சீதை பூமியில் மறைந்துவிட்டாள்; லஷ்மணன் பிரிந்து சென்றுவிட்டான். ராமனின் இளம் உடலைச் சரயு நதி சுமந்து சென்றுவிட்டது. காலமென்னும் நிற்காத யந்திரம் அந்தக் கோசல ராஜ்ஜியத்தின் தலைநகரைப் பொடித்துப் புழுதியாக்கிவிட்டது. 90 மைல்கள் நீளமும் 36 மைல்கள் அகலமும் கொண்ட இந்த நவீன நகரத்துக்கும் ராமாயணம் விவரிக்கும் நகரத்துக்கும் எந்தத் தொடர்பும் இல்லை. அயோத்தி ராஜ்ஜியத்தின் இடிபாடுகள் பல்லாயிரம் டன் மண்ணின் கீழே இன்னும் புதைந்துகிடக்கிறதோ என்னவோ!

அப்படியானால் இந்த அயோத்தி எங்கிருந்து வந்தது? ராமன் பிறந்த இடம், கோசலையின் அரண்மனை, கைகேயின் அந்தப்புரம் எங்கே? போகட்டும், தசரதச் சக்கரவர்த்தியின் அவை அல்லது கனக சபை? இவையெல்லாம் வெறும் சித்தரிப்புகள்தானா? ஜோடனைகளா?

உண்மையான அயோத்தி தொல்லியலாளர்களால் இன்னமும் கண்டுபிடிக்கப்படவில்லை. அதனால் என்ன? வேறு சில காரணங்களுக்காக இன்னொரு அயோத்தியை உருவாக்க வேண்டியிருக்கிறதே. அதற்கு ஒரு புராணம் தேவை; புராணம் தேவையா, இருக்கிறவே இருக்கிறார், விக்கிரமாதித்த மகாராஜா ஏகப்பட்ட கதைகளோடு; வரலாற்றின் தூசியிலிருந்து அவரைத் தட்டியெழுப்பிக் கொண்டுவந்தால் போதும்.

ஒருமுறை அந்த அரசர் மான் வேட்டைக்குச் செல்லும் வழியில் சரயு நதிக்கரைக்கு வந்து சேர்ந்தார்; தன் கூட்டாளிகளிடமிருந்து பிரிந்து வந்து அங்கு ஓய்வெடுத்துக்கொண்டிருந்தார். திடீரென்று நதியின் மறுகரையிலிருந்து கருப்புக் குதிரையொன்றின்மீது ஓர் உருவம் ஏறிவந்து, தண்ணீருக்குள் இறங்குவதைப் பார்த்தார்; இவர் இருந்த கரைப் பக்கமாக அவர்கள் ஏறியபோது, அந்தக் குதிரை வெள்ளை நிறமாக மாறியது. மட்டுமல்ல, அதன்மேலிருந்த உருவமும் நிறம் மாறி, அழகாக ஆனது. வியந்துபோன விக்கிரமாதித்தன் தன்னை அவரிடம் அறிமுகம் செய்துகொள்ள, குதிரையில் வந்தவரும் பதிலுக்குச் சொன்னார்: “நான் பிரயாக்ராஜன், பிரயாகையின் கடவுள்.

தங்களின் பாவங்களைக் கழுவதற்காக இங்கே வருபவர்களின் பாவங்களை ஏற்று என் உடல் கறுப்பாகிவிடும். அவற்றை யெல்லாம் இந்தச் சரயு நதியில் கழுவுவேன்." அதன் பிறகு அவர் விக்கிரமாதித்தனுக்கு ஒரு முக்கியப் பொறுப்பைக் கொடுக்கிறார்:" அரசனே, இந்த அடர்ந்த வனத்திற்குள் அந்த ஆதி அயோத்தி நகரம் இருக்கிறது. நீ அதை மீட்டெடுப்பாயாக!"

ஆனால் அந்த அடந்த வனத்தில் விக்கிரமாதித்தன் அயோத்தியை எப்படிக் கண்டுபிடிப்பார்? அதற்கும் அந்தப் பிரயாக்ராஜன் வழி செய்தார். கபிலம் என்னும் பசு அவரோடு கூடவே வரும்; அது எங்கு நின்று பால் சுரக்கிறதோ அங்கு ஆதி அயோத்தி நகரத்தின் இடிபாடுகளைப் பார்க்கலாம்.

❍

இப்படியாக விக்கிரமாதித்தனின் முயற்சியில் அயோத்தி புனர்ஜென்மம் எடுத்தது. இந்த மாற்று அயோத்தி மண்ணுக்கு மேலே வந்தது.

இது மாற்றாக இருக்கலாம்; ஆனால் இந்தப் 'புது' அயோத்தியும் இப்போது பழையதாகிவிட்டது. அதன் புராதனத்தின் அடையாளங்களை எங்கும் பார்க்க முடிகிறது. அகலமான சாலைகளை விட்டு ராம்காட்டின் குறுகிய சந்துகளில் நுழைந்ததுமே கடந்த காலத்தின் சாம்பலும் புழுதியும் கலந்த மணம் என்னைச் சூழ்ந்தது. என் இடதுபுறத்தில் அரண்மனை ஒன்றின் கரையான் அரித்து எந்த நேரமும் விழுந்துவிடுவதுபோல இருக்கும் சுவர்கள்; வலதுபுறம் ஜன்னல்களற்ற குடிசைப் பகுதிகள். பார்ப்பதற்கு அவை சுரங்கங்கள்போல, தரைமேலிருக்கும் குகைகள்போலக் காட்சியளித்தன. குகை மனிதர்களைப் போல இந்தக் குடிசைவாசிகளுக்கும் அடிப்படை வசதிகள் எதுவும் கிடையாது.

ராம்காட்டில் ஒரு கோவிலில் தங்கிக்கொள்ள எனக்கு இடம் கிடைத்தது. அதன் ஜடாமுடி பூசாரி என்னை நன்கு விசாரித்துவிட்டு, ஆளில்லாமலிருந்த ஓர் அறை மூலையைக் காண்பித்தார்; நான் நன்றிப் பெருக்கோடு ஒரு பாயை விரித்து அதன்மேல் எனது படுக்கையைப் போட்டு, ரப்பர் தலையணையை ஊதிப் பெரிதாக்கிக்கொண்டேன். அயோத்தியில் ராம நவமி யின் அமளியை வைத்துப் பார்க்கும்போது எனக்கு இப்போது கிடைத்திருப்பதைக் காட்டிலும் மேலான வசதியை என்னால் கற்பனை செய்யவே முடியாது.

நடுவில் ராமர் சீதை கோயில், எதிரே ஒரு மண்டபம். சுற்றிலும் பிராகாரம். பிராகாரத்தின் நான்கு மூலைகளிலும்

அறைகள். பிராகாரத்தின் ஒரு பக்கத்தில் தண்ணீர்க்குழாயும், சன்னியாசிகள் பயன்படுத்துவதற்கான கிணறும் இருந்தன. பிறருக்கு அங்கே அனுமதி கிடையாது. ஆனால் குளியலறைகளும் கழிவறைகளும் வரிசையாகக் கட்டிப் போட்டிருந்தார்கள். ரயில் நிலையத்திலிருந்து இந்தச் சின்னத் தொலைவு வருவதற்குள் நான் அயோத்தியின் பிரசித்திபெற்ற சுண்ணாம்புப் பொடியால் மூடப்பட்டிருந்தேன். கண்ணில் எரிச்சல், பல்லில் கூச்சம், மூக்கில் நீர்த்தாரை. குளியலறை, கழிப்பறை முன்னால் நீண்ட வரிசை நின்றுகொண்டிருந்தது. எங்கு பார்த்தாலும் மக்கள். ராம நவமிக்கு வரும் கூட்டம் இன்னமும் வரவே இல்லை; அதற்கு முன்னாலேயே இவ்வளவு. அயோத்தியில் மக்கள் அலைமோதும்போது அது எவ்வளவு கலங்கப்போகிறதோ, யாருக்குத் தெரியும்?

என்னோடு அறையில் இருந்த நால்வரில் மூவர் கல்கத்தா அல்லது அதன் சுற்றுப்புறத்தைச் சேர்ந்த வங்காளிகள். நான்காமவர் வங்காளி அல்ல, ஆனால் அவரும் கல்கத்தாவைச் சேர்ந்தவர். ஹரிதாவுக்கு கிட்டத்தட்ட எண்பத்தொரு வயது; உடலில் சுருக்கம் விழுந்திருந்தாலும் ஆள் உறுதியாக இருந்தார். அவரது பேத்தியின் மகளின் கணவர் சுனிபாபுவுக்கு முப்பத்தைந்து வயதுக்குள் இருக்கும்; மருந்துக் கம்பெனியில் அதிகாரியான அவர் பார்ப்பதற்கு அதிசுந்தரனாக இருந்தார். பிரசாத்ஜி ஒரு பணத்தரகர். வீட்டிலிருந்து ஏராளமான தின்பண்டங்களைக் கொண்டுவந்திருந்தார்; கூடவே அவசரத்திற்கு ஜீரண மாத்திரைகளும் வாய் மணப்பதற்கான சுவிங்கங்களும் வைத்திருந்தார். முகர்ஜி மோஷாய், ஐஐடியிலிருந்து ஓய்வுபெற்ற குமாஸ்தா; காது கொஞ்சம் கேட்காது; ஆனால் அவரைப் போல எளிய, இனிய மனிதரைப் பார்ப்பது அரிது. நான் சோப்புக்கட்டியை எடுத்துக்கொண்டு குளிக்கக் கிளம்பும்போது, அவர் என்னிடம் "சோப்பைக் கொண்டுபோகாதீங்க, நேற்று என் சோப்பைத் தூக்கிட்டுப் போய்ட்டாங்க" என்றார்.

"சோப்பு கொண்டு போகாமல் எப்படிக் குளிப்பது?"

"மற்ற வேலைகளை முதலில் முடியுங்கள். நான் சோப்பை அப்புறமா பாத்ரூமுக்குக் கொண்டுவருகிறேன்"

சொன்னதுபோலவே குளியலறைக்கு வெளியே சோப்பும் டவலுமாக எனக்காகக் காத்திருந்தார்.

குளித்துவிட்டு நான் அறைக்குத் திரும்பிய போது அங்கே அவர் மட்டும் தனியே இருப்பதைக் கண்டேன். அவருக்கு இந்தி அவ்வளவாகத் தெரியாது; ஆனாலும், தேவநாகரி

ராமன் வனவாசம் போன வழி

எழுத்துக்களோடு தனக்கிருந்த பரிச்சயத்தை வைத்துப் பெரும் முயற்சியெடுத்து ராமசரிதமானஸை வாசித்து, ஏற்ற இறக்கத்துடன் பாடிக்கொண்டிருந்தார். என்னைப் பார்த்ததும் புத்தகத்தை மூடி வைத்துவிட்டு, பொக்கைவாய்ச் சிரிப்போடு, "பெரிய யாத்திரையா வந்திருக்கிறீங்கன்னு நினைக்கிறேன். எங்கே வரைக்கும் போறதா உத்தேசம்?" என்று கேட்டார்.

"ராமேஸ்வரம் வரைக்கும் போகலாம் என்று இருக்கிறேன்"

"பிரமாதம்" என்று பெருமூச்சு விட்டுச் சொன்னவர், மேலும் தொடர்ந்தார். "சின்ன வயசா இருந்தா நானும்கூட வந்திருப்பேன். ராமன் போன இடமெல்லாம் போறதே ஒரு புனித யாத்திரைதான்"

ராமர் அப்போது வங்காளி இல்லங்களில் அவ்வளவு பிரபலமாகியிருக்கவில்லை; கிருஷ்ணனோ, சைதன்யரோ, ராமகிருஷ்ணரோ பெற்றிருந்த இடத்திற்கு அருகில்கூட அவர் வரவில்லை. மேதை தாகூர்கூட இது பற்றி வருத்தத்தோடு எழுதியிருக்கிறார். அவரைப் பொறுத்தவரை, புராண கதா மாந்தர்களில் ராமனுக்கு இணை யாருமில்லை. அப்படியிருந்தும் வங்காளி இல்லங்களில் ராமனுக்கு இடம் கிடைக்கவில்லை.

"உங்களுக்கு மட்டும் எப்படி ராமர் கிடைத்தார்?" கொஞ்சம் தயங்கியபடியே முகர்ஜி மோஷாயிடம் கேட்டேன்.

"நான் முதலில் காளி பக்தனாகத்தான் இருந்தேன்." கொஞ்சம் யோசித்துவிட்டு அவர் சொன்னார். "எதற்கெடுத்தாலும் காளிதான். அப்புறமாக நானா கொஞ்சம் வெளியில் வந்து இங்கே ஒரு ஆஸ்ரமத்தில் முறையாகப் படித்தேன். இப்போது ராமரைக் கொஞ்சம் புரிந்துகொள்ள ஆரம்பித்திருக்கிறேன்."

"காளி இப்போது வேண்டுமென்று தோன்றவில்லையா?"

"தோன்றுகிறது. ரொம்பவே. ஆனால் சக்தி எங்கும் நிறைந்தவள். நான் சீதையின் உருவில் காளியைப் பார்க்கிறேன்"

"எப்படி இப்படி மாறினீர்கள்?"

"எல்லாம் திடீர்னு நடந்தது. நானும் என் மனைவியும் மெதினாப்பூர் ராமகிருஷ்ணா மிஷனில் பதிந்துவைத்திருந் தோம். நம் முறை வரும்வரைக்கும் காத்திருக்கலாம் என்ற யோசனையில் இருந்தோம். கரக்பூரிலிருந்து அப்போதுதான் ரிட்டையராயி, ஸ்ரீராம்பூரில் இருக்கும் எங்கள் குடும்ப வீட்டில் குடியேறி இருந்தேன்.ஐயோ, அந்த வீட்டில் குடியிருந்த பெண்ணை, கிழக்கு வங்காளத்துக்காரி அவள், காலி பண்ண வைப்பதற்குள் போதும்போதுமென்றாகிவிட்டது. அதை விடுவோம், அது

தனிக் கதை. என் பையனுக்கு அப்போது அங்கே இருந்த ஒரு செங்கல்சூளை முதலாளியோடு பழக்கம் வந்தது; அவர் பெயர் ஷியாம் பாபு. என் பையன் சர்வேயருக்குப் படித்துக் கொண்டிருந்தான். ஷியாம் பாபுவின் கைங்கரியம், அவனுக்கு இருநூற்றைம்பது ரூபாய் சம்பளத்தில் வேலை கிடைத்தது. அப்போ ஷியாம் பாபு அவனிடம் நீ குருவைத் தேடிக்கொண் டிருக்கிறாயா என்று கேட்டார். அதற்கு இவன் என் அப்பா அம்மாவும் தேடிக்கிட்டிருக்காங்கன்னு சொல்லியிருக்கான். அவ்வளவுதான். ஷியாம் பாபு எங்களை அயோத்தி கூட்டி வந்துட்டார். இங்கே மஹராஜ் ஜி எங்கள் காதில் மந்திரங்களைச் சொன்னார்."

"இப்போது எப்படி இருக்கிறது?'

"ரொம்ப நன்றாக இருக்கிறது, ரொம்ப நன்றாக. எனக்கு ராமரைப் பற்றி அதிகம் தெரியாமலிருந்தது. அவரைத் தெரியத் தெரிய எனக்கு அவர்மேல் பிடிப்பு கூடிக்கொண்டே போகிறது. துளசிதாசரோட இந்த ராமாயணத்தை பர்ராபஜாரில் நான்கு ரூபாய்க்கு வாங்கினேன். ஒவ்வொரு நாளும் கொஞ்சம் கொஞ்சம் படிப்பேன். தொடங்கி ரொம்ப நாள் ஒன்றும் ஆகவில்லை. போன டிசம்பரில்தான் தொடங்கினேன். இங்கே இருப்பவர்கள் எல்லாம் என்னைக் கேலி செய்கிறார்கள். இங்கே சிட்டிபாபுன்னு ஒரு கறுப்பு ஆள் இருக்கிறார். நீங்கள் இன்னும் அவரைப் பார்த்திருக்க மாட்டீர்கள். ஆனால் பார்ப்பீர்கள். ரொம்பக் கறுப்பாக இருப்பார். எப்போதும் கோவிலைச் சுற்றிக்கொண்டே இருப்பார். தன் மனசில் பட்டதைச் சொல்லுவார். நேற்றைக்கு என்னைப் பிடித்துக்கொண்டு எத்தனை நாளாச்சு என்று கேட்டார். நான் நாலு மாசமாச்சுன்னு பதில் சொன்னேன். அவர் கடகடவென்று சிரித்துக்கொண்டே சொன்னார், எனக்கு எட்டு வருஷமாச்சு. நீ ஒரு கத்துக்குட்டி என்றார். அதற்கு நான், நீங்கள் சொல்வது சரிதான், நான் இப்போதான் கற்றுக்கொள்ள ஆரம்பித்திருக்கிறேன் என்றேன்."

"எப்படிப் போகிறது, மனதில் ஏதாவது ஆழமாக உணருகிறீர்களா?"

"எனக்குத் தெம்பு வந்திருக்கிறது, ரொம்பத் தெம்பாக இருக்கிறது. பாருங்கள், எனக்கு முந்நூறு ரூபாய் பென்சன் வருகிறது; பையன் ஒரு நூறு ரூபாய் தருவான். என் பெண் ஒரு கூட்டுறவு சங்கத்தில் வேலை பார்க்கிறாள்; சம்பளம் அதிகமில்லை; ஆனாலும் எப்படியோ ஐம்பது தந்துவிடுவாள். இப்படி ஒரு வருஷத்துக்கு நானூறு ரூபாய் தேறும், என் மூத்த பெண்ணுக்குக் கல்யாணமாகி விட்டது. இன்னும் இரண்டு

பேரைக் கரையேற்ற வேண்டும். ஆனால் அதையெல்லாம் பற்றி நான் கவலைப்படுவதில்லை. குருஜியோட ஆசியிலேயும் ராமருடைய கருணையிலும் எல்லாம் நல்லபடியாக நடக்கும். நீங்கள் என்ன நினைக்கிறீர்கள்? என் மூத்த பெண்ணுக்கு இப்போதான் பையன் பிறந்தான். கொஞ்சம் கஷ்டமான பிரசவம்தான்; ஸ்ரீராம்பூர் டாக்டர் சிக்கலான ஒரு ஆபரேஷன் செய்யவேண்டியிருக்கும் என்று சொல்லிவிட்டார். ரொம்ப செலவு பிடிக்கிற ஆபரேஷன். நான் உடனே மகராஜ் ஜிக்கு எழுதினேன்; அவர் எல்லாம் நல்லபடியாக நடக்கும் என்று சொன்னார். அப்படித்தான் நடக்கவும் செய்தது. பங்சுராவில் இருந்த என் மருமகன் எதிர்பாராமல் வந்தார். அவர் அங்கே சுகாதார மையத்தில் வேலை பார்க்கிறார். அவர், மாமா, 'எங்க டாக்டர் எல்லா வசதியும் இங்கே இருக்கு, இங்கேயே பண்ணலாம்னு சொன்னார்; டாக்டர் தன்னோட காரைகூட அனுப்பி இருக்கிறார்' என்றார். இதுதான் நடந்தது. அவள் ஜனவரி மாசம் பிரச்சினையில்லாமல் குழந்தையைப் பெற்றெடுத்தாள்."

"ராமரைப் பற்றி இப்போது உங்க அபிப்ராயம் என்ன?"

"எனக்கு நல்ல அபிப்ராயம்தான். முதலில் எனக்கு தெளிவாகத் தெரியாமல் இருந்தது. முன்னால் எல்லாம் அவரை ஒரு ராஜா, வசதிபடைத்தவர், கடவுளாக இருந்தாலும் நம்மைப் போல சாதாரண மனிதர்தான்னு நினைத்திருந்தேன். ஆனால் இப்போது என் மனம் மாறிவிட்டது."

"இப்போது என்ன நினைக்கிறீர்கள்?"

முகர்ஜி மோஷாய் கடகடவென்று சிரித்துவிட்டுச் சொன்னார்: "ஜெய் சீத்தாராம். எனக்கு எல்லாம் சரியாகப் புரிந்துவிடவில்லை தாதா; ஆனாலும் முயற்சி பண்ணிக்கிட்டிருக்கிறேன். மொத்தத்துல எனக்குப் பிடிச்சிருக்கு."

# 2

அடுத்த நாள் காலை நான் பல் விளக்கிக் குளித்துவிட்டு கொட்டாவி விட்டபடி உட்கார்ந் திருந்தேன். உடம்புபூராவும் லேசான ஒரு வலி. நேற்றிரவு கோயிலின் கட்டாந்தரையில் நான் ஒவ்வொரு முறை புரண்டு படுக்கும்போதும் என் எலும்பெல்லாம் சடசடத்தது. உ த்தரப் பிரதேசத்தில் பொதுவாக மார்ச் மாதத்தில்கூடப் பனிக்காலத்தின் சுவடு கொஞ்சம் இருக்கும். என் ஒவ்வொரு மூட்டிலும் குளிரை உணர்ந்தேன் நான். கனத்த பயணப்பை, மூன்று லிட்டர் தண்ணீர் பாட்டில், ஒரு சூட்கேஸ், ஒரு சின்னப் பை இவற்றையெல்லாம் நான் பெரிய வீரனைப் போல ரயில் நிலையத்தி லிருந்து கோயில்வரை தூக்கிக்கொண்டு வந்தது வேறு பிரச்சினையை அதிகப்படுத்திவிட்டது. வங்காளிகள் சுமைகளைத் தூக்குவதற்குப் பெயர்போனவர்கள் அல்லர்; ஆனாலும் சின்ன வயதிலிருந்தே இந்திய சுமைக்கூலி கூட்டத்தோடு போராடிப் போராடி எனக்கு, நம் சுமையை நாம் தூக்கிச் சுமப்பதுதான் உத்தமம் என்ற ஞானம் வந்துவிட்டது. மோசமான நினைவுகள் இருக்காது, கோபப்பட வேண்டிய முகாந்திரம் இல்லை, கூடவே உடம்புக்குக் கொஞ்சம் பயிற்சியும் ஆயிற்று. பல வருடங்களுக்கு முன்பு ஒரு முறை இளம்வயது சுமைக்கூலி ஒருவன் என்னிடம் படகிலிருந்து எனது சுமையை எடுத்து ரயிலில் கொண்டு ஏற்று வதற்கு நான்கு ரூபாய் கேட்டான். அன்று நான்கு ரூபாய் வழக்கத்தைவிட ஆறு மடங்கு அதிகக் கூலி. நானோ கல்லூரி மாணவன், வருமானம் கிடையாது. எப்போதுமே எனக்கு இந்தச் சண்டை சச்சரவே பிடிக்காது. இந்த முரட்டுக் கூலி ஆசாமியோ என்னை ஏமாற்றப்பார்க்கிறான்.

எனக்கு உதவ இந்த உலகத்தில் யாருமே இல்லை, நான் தனியன், எல்லோரும் என் எதிரிகள் என்றெல்லாம் எனக்குத் தோன்ற ஆரம்பித்துவிட்டது. கண்ணில் முட்டிக் கொண்டிருந்த கண்ணீரை அடக்கியபடி நான் அவனிடம் அரைகுறை இந்தியில், "நீ மனுஷ ரத்தத்தைக் குடிக்கக் கூடத் தயங்க மாட்டே" என்றேன். என்னையே கொஞ்ச நேரம் பார்த்துக்கொண்டிருந்துவிட்டு அவன் திகைத்துப்போய் அழ ஆரம்பித்துவிட்டான். எனக்கும் கண்ணீரை அடக்க முடியவில்லை. என்ன அற்புதமான காட்சி அது. அவனது முதுகைத் தட்டிக்கொடுத்து நான் அவனைத் தேற்ற, அவன் என் கைகளைப் பிடித்துக்கொண்டு மிகுந்த மரியாதை யோடு என்னைச் சாந்தப்படுத்த முயன்றான். கடைசியாக அவன் இரண்டு ரூபாய் வாங்கிக்கொண்டு போய்ச் சேர்ந்தான். நான் போரில் வெற்றி பெற்றவனைப் போல புளகாங்கிதம் அடைந்தேன்; ஆனால் கூட இருந்த பயணிகள், இப்படி முட்டாள்தனமாக இரண்டு ரூபாய் கொடுத்தீர்களே, இவர்களுக்குத் திமிர் வந்துவிடப்போகிறது, அப்படி இப்படி என்று எரிச்சல்பட்டார்கள். எப்படியோ அந்தக் கூலியின் கண்களில் கண்ணீர் வர வைத்து விட்டேன், இதற்கு மேல் ஒருவனுக்கு என்ன வேண்டும்?

ஆனால் அதுதான் முதலும் கடைசியும். அதன் பிறகு எவ்வளவு முயன்றும் என்னால் எந்தச் சுமைக்கூலியின் கல்நெஞ்சையும் கரைக்க முடியவே இல்லை. இப்போதெல்லாம் எங்கே போனாலும், ஜீவானந்த தாஸின் கவிதையொன்றின் வரிகளை முணுமுணுத்துக் கொள்வேன். '*வாளியில் நான் தண்ணீர் எடுத்துக்கொண்டு வரவில்லையா...... வாளியில் நான் தண்ணீர் எடுத்துக்கொண்டு வரவில்லையா?*' மின்சாரத் தட்டுப்பாடு வந்த பிறகு, வாளி வாளியாகத் தண்ணீர் தூக்கித் தூக்கி என் உடல் வலுப்பெற்று விட்டது. அந்த ஞான திருஷ்டிக் கவிஞன் தந்த உத்வேகம், சுமை தூக்குவதில் இருக்கும் அவஸ்தையை எனக்குப் பழக்கமாக்கி அதை பரவசத்தோடு செய்யவும் வைத்துவிட்டது.

ஆனால் இப்போது இந்த உடம்பு வலிக்கு என்ன செய்ய? அட இது ஒன்றுமில்லை, ஒரு டீ குடித்தால் சரியாகிவிடும்.

"டீயா?" தயக்கத்தோடு கேட்டார் ஹரிதா. "ஆமாம், காலையில் ஒரு டம்ளர் டீ தருவாங்க. மணி அடிப்பாங்க. ஆனால் இன்னைக்கு இருக்கிற கூட்டத்தைப் பார்த்தால் நமக்குக் கிடைக்கும்னு எனக்குத் தோன்றவில்லை."

என் இதயம் வேகமாக அடிக்கத் தொடங்கியது. இன்றைக்கு டீ கிடைக்காமல் போய்விட்டால்? கடைக்குப் போய் டீ குடிக்க வேண்டும் என்றால் ஒரு கிலோ மீட்டர் போக வேண்டும். அங்கே போவதில் அர்த்தமில்லை. நேற்று மாலை அங்கேதான்

குடித்தேன்; குடித்தே ஆக வேண்டும் அல்லது கடும் துயரத்தோடு இருக்கிறேன் என்றாலொழிய, இனி நான் அந்தக் கடையில் டீ குடிப்பதாக இல்லை.

டீக்கான மணி அடிப்பார்களா என்று என்னால் ஊகிக்க முடியவில்லை. தொடர்ந்து கொட்டாவி விட்டு விட்டு எனக்குச் சலிப்பாக இருந்தது, தூக்கம் கிறக்கியது; நேற்றிலிருந்து வயிறு காலி. பிறரைக் காட்டிலும் பசியைப் பொறுத்துக்கொள்வேன் என்றாலும் அதற்காக வயிற்றைச் சோதிக்க நான் விரும்ப வில்லை. பசி திறந்த குழியைப் போல பதுங்கியிருக்கிறது; ஆனால் அது இன்னும் கொஞ்ச நேரத்தில் வெறி பிடித்த நாயாக மாறிக் கண்டவரையும் குதற ஆரம்பித்துவிடும். இன்று நாங்கள் சரயுக்குப் போக வர மூன்று மூன்றும் ஆறு கிலோ மீட்டர், ஜன்மபூமிக்கு இரண்டும் இரண்டும் நான்கு கிலோமீட்டர், தெரியாத தெருக்களில் மாட்டிக்கொண்டால் கூடுதலாக ஒன்றோ இரண்டோ கிலோமீட்டர் என நடக்க வேண்டும். அயோத்திச் சாலைகளில் இன்று ரிக்ஷாக்களுக்கோ வேறு வாகனங்களுக்கோ அனுமதியில்லை; இந்தப் பதினோரு பன்னிரெண்டு கிலோ மீட்டரும் வெற்று வயிற்றோடு நடந்து நான் பசியைப் பகைக்க விரும்பவில்லை. போதக்குறைக்கு, உத்தரப் பிரதேசத்தின் சீதோஷ்ணம் பசியை அதிகப்படுத்தாமல் இருக்க வேண்டும். அப்படி ஆகாது என்று நம்புவோம்.

கோயிலில் சாப்பாடு போடாமலில்லை. நேற்றைக்கு இரண்டு வேளையும் எங்களை வரிசையாக உட்கார வைத்துப் பிரசாதம் பரிமாறினார்கள்: தெய்வங்களுக்கு நைவேத்தியம் செய்யப்பட்ட கெட்டியான பூரி, பருப்பு, கறிகள், சோறு. ஆனால், கூடவே இந்த உ.பி. ஸ்பெஷல்.

ஐந்து வருடங்களுக்கு முன்பு பிரயாகையில் கும்ப மேளா சமயத்தில் இந்த உ.பி. ஸ்பெஷல் என்னை ஒருகைபார்த்தது. என்னவெல்லாம் போட்டு இதைச் செய்தார்களோ எனக்குத் தெரியாது; ஆனால், அதன் புளிப்புச் சுவையும் பரிச்சயமில்லாத வாசமும் நான் முதல் முறையாக அதை எதிர்கொண்டபோதே என் புலன்களைத் தாக்கின. தாகுரின் “கல்லின் வேட்கை”யில் வரும் கிறுக்கன் மெஹர் அலி கத்துவதைப் போல, “ஒதுங்கிப் போ, ஒதுங்கிப் போ.”

இந்த மனக்குரலுக்குச் செவிமடுத்து ஒதுங்கி நின்ற பிறகு, அந்த உ.பி. ஸ்பெஷலோடு நான் இணங்கிப்போகவே இல்லை. கும்பமேளாவில் தினமும் ஏழெட்டு மைல் நடந்து போய்விட்டு வந்து கபகபவென்று பசி எடுக்கும்போது அது கிடைக்குமா இது கிடைக்குமா என்றெல்லாம் பார்க்க முடியாதுதான் என்றாலும்

இந்த உ.பி. ஸ்பெஷலோடு என்னால் மல்லுக்கட்ட முடியாது; அது முகமது அலி. எடுத்த எடுப்பிலேயே ஒரே அடியில் என்னை மண்ணைக் கவ்வ வைத்துவிடும். முதலில் நான் இது அங்கிருந்த சமையல்காரரின் கைவண்ணம் என்று நினைத்துக் கொண்டிருந்தேன்; ஆனால், கங்காத்வீபில் ஒரு சன்னியாசிக் கூட்டத்தோடு சாப்பிட்டபோதும் இந்த உ.பி. ஸ்பெஷல் தட்டிலிருந்து பாய்ந்து என் மூக்கில் ஒரு குத்துவிட்டது.

ரொம்ப காலத்துக்குப் பிறகு இப்போது இந்தக் கோயில் சாப்பாட்டிலும் அது மீண்டும் முஷ்டியைத் தூக்கித் தயாராக நின்றது. பருப்பிலும் தொடுகறிகளிலும் அதே மணம். வேண்டாவெறுப்பாக இரண்டு வாய் போட்டுக்கொண்டவன் அதற்கு மேல் தாங்க முடியாமல் சாப்பிடுவதை நிறுத்திவிட்டுச் சும்மா உட்கார்ந்திருந்தேன்.

இப்போது ஹரிதாவிடம் நான் ரகசியமாகக் கேட்டேன், “உ.பி. உணவுகளுக்கு ஏதாவது தனித்த மணம் உண்டா?”

ஹோவென்று சிரித்தபடி அவர், “நீங்கள் சொல்வது சரிதான். அதற்கு விசேஷமான மணம் இருக்கிறது” என்றார்.

“நீங்கள் உண்மையிலேயே அதைச் சாப்பிடுகிறீர்களா?”

“நானா? ஆமாம், அதற்கென்ன...” சொல்லி முடிக்கவில்லை அவர், அதற்குள் ஒரு மெல்லிய மணியோசை *ராமசரிதமானஸின்* பாராயண ஓசையை ஊடுருவிக்கொண்டு ஒரு வண்ணத்துப் பூச்சியைப் போல எங்களிடம் சிறகடித்து வந்தது.

அவ்வளவுதான், எண்பத்தொரு வயது ஹரிதா வலேரி புரூமலைப் போலத் துள்ளி எழுந்து குரல் கொடுத்தார். “டீக்கு மணி! டீக்கு மணி! சீக்கிரம்...”

எனக்கு அப்படியொன்றும் அவசரமில்லை. குடிப்பதற்கு வேறு கோப்பைகள் எதுவும் கிடைக்கவில்லை என்பதால், நான் சவரம் செய்வதற்குப் பயன்படுத்தும் கிண்ணத்தை எடுத்துக்கொண்டு போனேன்; தூரதிருஷ்டிக்காரரான முகர்ஜி மோஷாய் என் கையிலிருந்து அதைப் பிடுங்கித் தனது கண்ணாடி தம்ளரை என்னிடம் கொடுத்தார்.

கோயில் முற்றத்தைத் தாண்டிக் காலணி அணிந்து செல்ல முடியாது; தடை. அப்பாவி ரப்பர் செருப்புக்குக்கூட அனுமதி இல்லை. தேநீர் குடிக்கும் நினைப்பில் எனக்கு இந்தச் செருப்பு விவகாரம் மறந்துபோய் செருப்புக் காலோடு உள்ளே போய்விட்டேன்.

கூட்டத்தின் தள்ளுமுள்ளுக்கிடையில் அரைமணி நேரம் போராடி, ஒருவழியாக எப்படியோ வழி கிடைத்து, தேநீரும் காலை உணவும் வாங்கிவிட்டேன். ஆனால், நெற்றியில் பட்டை போட்டு, பீமனைப் போல முகத்தோற்றம் கொண்ட ஒரு சன்னியாசி என்னைப் பார்த்து, "ஏ பாபு, செருப்பைப் போட்டுக்கொண்டே உள்ளே வரைக்கும் வந்தீட்டீங்க?" என்று போட்ட கூச்சலின் அதிர்ச்சியில் தேநீரைச் சிந்திவிட்டேன்.

எனக்கு வேறு வழியில்லை; ஒரு கையில் செருப்பும் உணவும், மற்றொரு கையில் தேநீருமாக, மன்னிப்புக் கேட்டுக் கொண்டே வெட்கத்தில் தலை குனிந்தபடி திரும்ப நடையைக் கட்டினேன்.

○

சரயுக்குப் போகும் வழியில் ஒலித்த வேறுவிதமான மணியோசை என்னை இழுத்தது. எனக்கு இதுவரை பரிச்சியமில்லாத ஒரு ஈர்ப்பு அதில். நிறைய மணியோசைகளைக் கேட்டிருக்கிறேன்; ஆனால் இங்கே, அயோத்தியின் வடக்கே, மணல் மேடுகளை யும் பளபளக்கும் சூரியனையும் ஊடுருவிக்கொண்டு திடீர்திடீரென்று அடிக்கிற காற்றில் மிதந்து நதியை நோக்கி வந்தபடி எதையோ சொல்லும் இந்த மணியோசையை என்னால் செவிமடுக்காமல் இருக்க முடியவில்லை. அது என்ன சொல்கிறது என்று யாரும் கண்டுபிடித்துவிடவில்லை; மனிதர்கள் அவரவருக்குத் தோன்றிய விதத்தில் அர்த்தப்படுத்திக் கொள்வார்கள். தேநீர் காலையுணவு, பசி தாகம், பார்ப்பது கேட்பது போன்ற இம்மை வரம்புகளை மீறிய ஓர் ஓசை அது.

தெருவெங்கும் ஆயிரக்கணக்கில் ஆண்களும் பெண்களும் இருந்தார்கள். ஆனால் அங்கே கிளம்பியிருந்த புழுதிப் புயலில் எவ்வளவு பெரிய கூட்டம் என்பதை என்னால் சொல்ல முடியவில்லை. முகர்ஜி மோஷாய் ஹவ்ராவிலிருந்தோ அல்லது ஷியல்தாவிலிருந்தோ அடிக்கடி ஸ்ரீராம்பூர் வரையிலும் நடந்தே வந்துகொண்டிருந்தவர். இந்த நீண்ட நடை அவரது கால்களைத் திடகாத்திரமான மூங்கிலைப் போல உறுதியாக்கி யிருந்தது. வேலையிலிருந்து ஓய்வு பெற்ற பிறகு ஒவ்வொருவரும் தங்களை எதிலாவது ஈடுபடுத்திக்கொள்வார்கள்; ஓய்வுகால வாழ்க்கை மனிதர்களுக்கு ஒரு பொறியைப் போல. முகர்ஜி மோஷாய் நடந்து நடந்து ஓய்வு வாழ்க்கையைக் கழித்துக் கொண்டிருந்தார்; அவர் ஆவேசமாக நடந்தார் என்றுதான் சொல்ல வேண்டும். அவரை எட்டிப் பிடிக்க நான் ஓடவோ அல்லது தாவித் தாவிப் போகவோ வேண்டியிருந்தது.

கூட்டத்தை விட்டு நகர்ந்து வெற்று வெளிக்கு நாங்கள் வந்தபோது மணி ஒலிக்கும் ஓசை கேட்டது. பேசிக்கொள்ள வேண்டும் என்று இருவருக்கும் தோன்றவில்லை; நாங்களாகவே நடையைத் தளர்த்தினோம்.

"முகர்ஜி மோஷாய், இது என்ன ஓசை என்று தெரியுமா?" என்று நான் சத்தமாகக் கேட்டேன்.

"தெரியவில்லை. பிணத்தைக் கொண்டு போறாங்க போலிருக்கு."

நானும் அப்படித்தான் நினைத்தேன். சாலையில் ஒரு வளைவைத் தாண்டியதுமே எங்களுக்குத் தெரிந்துவிட்டது. உண்மையில் அது ஒரு சவ ஊர்வலம்தான்.

ஆனால் அது கொஞ்சம் வழக்கத்திற்கு மாறானதாக இருந்தது. பிணத்தைத் தூக்கிச் சென்றவர்கள் சன்னியாசிகள்; இறந்தவரும் சன்னியாசிதான், அவரின் தலைமுதல் கால்வரை வெள்ளைத் துணியால் மூடியிருந்தது. அவரது ஆண்குறி மட்டும் ஓர் ஓட்டை வழியாக வெளியே நீட்டிக்கொண்டிருந்தது.

சன்னியாசிகள் வெட்கம் மானம் பார்ப்பதில்லை; இறந்த பிறகு சொல்லவே வேண்டாம். ஆனாலும் இறந்துபோன சன்னியாசியின் ஆணுறுப்பு ஆன்டெனாவைப் போல எதற்காக மேலே தூக்கி இருக்கிறது? அவரது இறுதி யாத்திரையின்போது இது சொல்லும் செய்திதான் என்ன?

இளம் சன்னியாசிகள் தோள் மாற்றித் தோள் மாற்றிப் பிணத்தை எடுத்துக்கொண்டு மீண்டும் ஓடத் தொடங்கினார்கள். முகர்ஜி மோஷாயும் நானும் பின் தங்கிவிட்டோம். ஓடிக் கொண்டிருக்கும் அவர்கள் பாதங்களிலிருந்து கிளம்பிய புழுதி காற்றை நிறைத்தது.

"முகர்ஜி மோஷாய், அதைப் பார்த்தீர்களா?"

"ஆமாம், பார்த்தேன்."

"அதைப் பார்த்து என்ன தோன்றியது உங்களுக்கு?"

"ஒன்றும் தோன்றவில்லை. அதுதான் சம்பிரதாயமாக இருக்கலாம். உங்களுக்கு இதைப் பற்றி ஏதாவது தெரியுமா?"

"தெரியாது. சன்னியாசிகள் பொதுவாக அந்த இடத்தை மட்டும் மறைத்துவிட்டுத் திறந்த மேனியாக இருப்பார்கள். அதனால்தானோ என்னவோ இறந்த பிறகு அதை மட்டும் திறந்துவைத்திருக்கிறார்கள்."

“இந்த நிர்வாண சன்னியாசிகளை என்ன செய்வார்கள்?”

சிக்கலான கேள்விதான். எனக்குச் சன்னியாசிகளோடு கொஞ்சம் பழக்கம் உண்டு என்றாலும் அவர்களிடம் இதை நான் கேட்டதில்லை.

சவ ஊர்வலம் போய்க்கொண்டிருந்தது. வெள்ளை மணற்பரப்பின் மீது ஆகாயம் நீலக் கூரை இட்டிருந்தது. ஓடிக் கொண்டிருக்கும் சரயு நதியில் அதன் வண்ணம் பிரதிபலித்தது. சவ ஊர்வலம் இப்போது வானமும் நதியும் மணலும் சங்கமிக்கும் இடத்திற்கு வந்து சேர்ந்திருந்தது. அவர்கள் இறைவனின் நாமத்தை உச்சாடனம் செய்யவில்லை; துக்கத்தின் சுவடும் வெளிப்படையாகத் தெரியவில்லை – சன்னியாசிக்காக யார் துக்கப் படப்போகிறார்கள், யார் அவரை இழந்து தவிக்கிறார்கள்? சவ ஊர்வலத்தோடு வந்த ஒரு இளம் சன்னியாசியின் கையிலிருந்த கண்டாமணி மட்டும் தொடர்ந்து ஒலித்துக்கொண்டிருந்தது. அதில் புலம்பல் இல்லை, எல்லோருக்கும் ஒன்றை மட்டும் சொல்லிக்கொண்டிருந்தது அது: “நான் போகிறேன். நீங்களும் உங்களுக்குக் குறித்து வைத்திருக்கும் நேரத்தில் வந்து சேருங்கள்.”

“சரயு நதியின் தீரத்துக்கு வருவதற்காக அவன் சென்ற பாதை இதுதான். கடைசியாக அவன் இந்த நதிக்கு வந்தது அப்போது தான்; அதன் பிறகு அவன் திரும்பவில்லை. நாமும் அதே பாதையில்தான் வந்திருக்கிறோம் தாதா.”

கிழவர் முகர்ஜி மோஷாய் அவ்வப்போது என்னையும் தாதா என்பார். அப்படிக் கூப்பிடாதீர்கள் என்றாலும் கேட்க மாட்டார். அவருக்குக் காது அவ்வளவாகக் கேட்காது; எனக்கோ சத்தம்போட்டுப் பேச வராது. எனவே மெதுவாக “ஹூம்” என்றேன்.

“இந்தச் சரயு உண்மையில் என்னவென்று உங்களுக்குத் தெரியுமா? பிரம்மனின் கண்ணீர்.”

இருக்கலாம். மணற்குன்றுகள் வழியாக ஓடி, தொடுவானம் வரை விரிந்துகிடக்கும் சரயு நதி அதன் அற்புதமான கடந்த காலத்தை என் நினைவுக்குக் கொண்டுவந்தது.

ராமன் போய்விட்டான்; அயோத்தியும் போய்விட்டது. சரயு இருக்கிறது, இந்தச் சரயு மட்டும். அதன் கரைகளில் பல நூற்றாண்டுகளுக்கு முன்பு ஒரு பெரிய வரலாறு உருப்பெற்றது என்பதற்கான எந்தத் தடயத்தையும் அது இன்று கொண்டிருக்க வில்லை; தனது சந்தோஷத்துக்காக மட்டும் குமிழியிட்டுச் சலசலத்தபடி ஓடிக்கொண்டிருக்கிறது.

அதில் முதலைகள் இருக்கும் என்று கேள்விப்பட்டிருக்கிறேன். நதியில் முக்குளி போட விரும்புவோருக்காகப் படித்துறையின் ஒரு பகுதியில் மூங்கில் பிளாச்சுகளால் சுற்றுவேலி போடப்பட்டிருக்கிறது. அருகேயுள்ள மயானத்தில் எரிந்த கரித்துண்டுகள் குவியலாகக் கிடக்கின்றன. முகர்ஜி மோஷாயும் நானும் படித்துறையின் பயன்படுத்தப்படாத பகுதி வழியாக நீரில் இறங்கினோம். வாழும் சன்னியாசிகள் இறந்துபோன சன்னியாசியின் உடலை நீரில் இறக்குவதற்காக அதில் மண்ணைக் கட்டிக்கொண்டிருந்தார்கள்; இறந்த சன்னியாசிகளை தகனம்செய்யவோ புதைக்கவோ மாட்டார்கள், ஓடும் நீரில் தாழ்த்திவிடுவார்கள். ஆனால் அதற்கும் ஒரு சம்பிரதாய முறை உண்டு: உடலை ஒரு பலகையில் இட்டு அதை இரண்டு படகுகளுக்கு மத்தியில் ஏற்றிவைப்பார்கள். படகுகள் இரண்டும் இணைந்தே நதியின் மத்திவரை செல்லும்; அதன் பிறகு இரண்டு படகுகளும் ஒன்றிலிருந்து ஒன்று மெல்ல விலகிச் செல்ல, உடலும் நேர்த்தியாக நீரிடம் ஒப்படைக்கப்படும். இந்தச் சன்னியாசி முக்கியமான ஆள் இல்லை போலிருக்கிறது; எனவே யாரும் அவருக்குப் பெரிய மரியாதை கொடுக்கப் போவதில்லை. சரயு நதியில் இறங்கி நின்றபடி நாங்கள் பார்த்துக் கொண்டிருந்தோம். மற்ற சன்னியாசிகள் இறந்த உடலைப் படகில் வைத்துக் கரையிலிருந்து சிறிது தூரம் தள்ளிச் சென்று, படுக்கையைச் சுருட்டுவதுபோல உடலைப் படகின் முன்பாகத்துக்கு உருட்டிச் சென்று, முனையிலிருந்து தள்ளிவிட்டார்கள். படகு சற்றுத் தடுமாறிவிட்டுப் பின்னர் தன்னிலைக்கு வந்தது.

இடுப்பு ஆழத்துக்குத் தண்ணீரில் நின்றுகொண்டிருந்த நான், வாடைக்காற்றின் சில்லிப்பை உணர்ந்தேன். பத்தாண்டுகளுக்கு முன்னால் என் பாட்டியின் தகனத்துக்காக கேயோரதலா மயானத்துக்குப் போயிருந்தேன். தகனத்துக்கான ஏற்பாடுகள் நடந்துகொண்டிருக்கும்போது நான் அந்த இடத்தைச் சுற்றி நடந்து வந்தேன். அதன் வடகிழக்கு மூலையில் தரையில் கிடந்த ஒரு பிரம்மாண்டமான தகர ஷீட்டின்மீது என் பார்வை சென்றது. அதன் நடுப்பகுதி மட்டும் உயர்ந்திருந்தது. அதனூடாக நான் பார்த்தபோது கீழே ஆறேழு மனிதர்கள் சேர்ந்து கிடந்ததைக் கண்டேன். ஒருவர் குர்தா போட்டிருந்தார், அடுத்தவர் உள்ளாடை மட்டும் அணிந்திருந்தார்; மூன்றாமவரின் தடித்த மீசையும் குடுமியும் தெரிந்தன. அவர்கள் ஒவ்வொருவரின் கால்களும் கைகளும் மற்றவர்மீதாகத் தாறுமாறாகக் கிடந்தன. “எல்லாம் அநாதைப் பிணங்கள்,” அந்த உடல்களை எரிக்க இருந்தவர் தாம்பூலக் கறைபடிந்த புன்னகையோடு என்னிடம் சொன்னார். அன்று இரவு ஒரு பெரிய சிதை தயார் செய்து எல்லோரையும்

சேர்த்து எரித்துவிடப்போகிறார்களாம். அந்த அநாதரவான நேசமற்றுப்போன உடல்கள், உயிரோடு இருந்த காலத்தில் அவற்றின் எஜமானர்களால் மிகவும் நேசிக்கப்பட்ட உடல்கள், இப்போது என் நினைவுக்கு வந்தன. எனக்கு மரணம் நினைவுக்கு வந்தது, பிரிவு நினைவுக்கு வந்தது, இருந்த தடயமே தெரியாமல் போகும் மனித இருப்பு அல்லது இன்மை நினைவுக்கு வந்தது.

குமிழியிட்டபடி முணுமுணுத்துச் செல்லும் சரயு நதியின் நீரோட்டம், பல யுகங்களுக்கு முன்னால் துக்கத்தோடு அதன் வழிநடந்த மனிதனைப் பற்றிய நினைவை என்னுள் பெருக்கியது. பிரிவின் வருத்தமும் துயரமும் வலியும் அவனுக்கு ஒரு மகத்தான ஒளியை வழங்கின. அவனது கொந்தளிக்கும் வேதனையை இந்த நதியின் தண்மை மிகுந்த நீர் தணித்தது. நிர்வாணம். வரலாற்றையும் அகழ்வாய்வையும் பகுத்தறிவையும் பொடிப்பொடியாக்கிக்கொண்டு அவனது கதை இன்னமும் ஓடிக்கொண்டிருக்கிறது, அது இப்போதும் உயிர்ப்போடிருக்கிறது – புலன்களால் அறிந்துணரக்கூடியதாக, நிஜமானதாக.

துக்கத்துடன் மெய்மறந்து நான் சுழித்தோடும் சரயுவில் அப்படியே சிறிது நேரம் நின்றிருந்தேன்.

# 3

அயோத்தியில் கல்கத்தாவைப் போல ராம நவமிக்கு வாணவேடிக்கை எதுவுமில்லை. ஆனால் எதையாவது யோசித்துக்கொண்டு தெருவில் நடந்துபோனால் அவ்வளவுதான், *'சீஈஈ த்த்தா ராஆஆம், சீஈஈ த்த்தா ராஆஆம்'* நம்மைத் தூக்கிவாரிப்போட்டுவிடும். கல்கத்தாவின் டபுள் வெடிகள் இதற்கு எவ்வளவோ பரவாயில்லை. என் இதயம் இரண்டொரு ஸ்பூன் ரத்தத்தை அதிகமாக வெளியேற்றியது, தலை கிறுகிறுத்தது, காது கொய்ங்க் என்றது.

இந்த முழக்கத்தின் அபார சத்தத்துக்குக் காரணம், 'சீத்த்தா' என்பது நுரையீரல்களின் முழு சக்தியோடு வெளிப்படுவதுதான். இதைச் சொன்னவர்கள் பேக்பைப் இசைப்பவர்களைப் போல மூச்சை ஆழமாக இழுத்து, கஞ்சா குடிப்பவர்களைப் போல ரொம்ப நேரம் வைத்துக் கொண்டிருப்பார்கள் போலிருக்கிறது. எதையோ யோசித்தபடி நடந்துசெல்பவர்கள் அல்லது அப்பாவிகள் அல்லது அன்னியர் அல்லது நாத்திகர் போலத் தோன்றுகிறவர் அல்லது மகா பக்திமான் இப்படி யாரையாவது கண்டால் அவர்களிட மிருந்து இந்த வெடிகுண்டு கிளம்பிவிடும்: 'சீத்த்தா'. ஆனால் அதற்குப் பிறகு வரும் 'ராமில்' சுரத்தே இருக்காது; கேட்கவே கேட்காது; சீதை தனித்து இருப்பதுபோலத் தோன்றும். சீத்த்தா என்று கத்துவதிலேயே இழுத்துவைத்திருந்த மூச்சு முழுவதும் தீர்ந்துபோய், பாவம் ராமன் பெயரில்லாமல் சீதையைப் பின்தொடர வேண்டி வந்திருக்கலாம்.

இந்தக் கூப்பாட்டுப் பக்தர்கள் எங்கு மிருந்தார்கள். அயோத்தியின் ஒவ்வொரு சாலை யிலும், சரயுவில், கோயில்களின் அருகிலிருக்கும்

தேநீர்க் கடைகளில். டிராஃபிக் போலிஸ்காரரிலிருந்து பஸ் கண்டக்டர்கள்வரை இவர்களில் அடக்கம். எப்போது முழங்க வேண்டும் என்று இவர்களுக்கு யாரும் கால அட்டவணை போட்டுக்கொடுக்கவில்லை; எனவே, கடலலையின் முழக்கத்தைப் போல, இந்த முழக்கமும் அருகிலும் தொலைவிலும் கிழக்கிலும் மேற்கிலும் விடாமல் ஒலித்துக்கொண்டிருந்தது. அயோத்தியின் ராம நவமிக்கு ஒரு வித்தியாசமான பின்னணி இசையை இது வழங்கியது.

ஒருநாள் மாலை குடுகுடு கிழவரான எண்பது வயது ஹரிதா, ராமபக்தராகப் புது அவதாரம் எடுத்திருக்கும் முகர்ஜி மோஷாய்க்கு இதைச் சரியாக எப்படி உச்சரிக்க வேண்டும், மூச்சை எப்படி இழுத்து உள்ளே வைத்துக்கொண்டு விட வேண்டும், ‘சீஈஈத்த்தா ராம்’ என்று கூப்பாட்டின் காலப் பிரமாணம் இவை பற்றிய ரகசியங்களைக் கற்றுக்கொடுக்க முயன்றார்.

ஆனால், பாதி ராத்திரிவரை வேர்க்க வேர்க்க பிரயத்தனம் செய்தும், முகர்ஜி மோஷாயால் நேர்த்தியாக முழங்கவே முடியவில்லை. இது சாஸ்திரிய சங்கீதம் கற்பதுபோல ஊக்கத்தோடு படிக்க வேண்டிய ஒன்று என்பது என் அனுமானம். இதற்கும் அர்ப்பணிப்பு வேண்டும், சாரீரம் வேண்டும், பயிற்சி வேண்டும்.

இரவு கடந்தது. முகர்ஜி மோஷாய் மீண்டும் சாதகத்தைத் தொடங்கினார். ‘சீஈ ஈ த்தா, ம்ஹூம், சரியாக வரவில்லை; சீஈ ஈ தா... ம்ஹூம், இன்னும் உயிர் வேண்டும், மீண்டும் முயன்று பார்க்கிறேன், சீஈஈ த்த்தா...’

திடீரென்று அறையில் தெய்வீக இடிமுழக்கத்தைப் போன்ற ஒரு சப்தம். “சீஈஈ ஈஈ த்த்தா ராஆம்’. போர்வையை உதறிக்கொண்டிருந்த எனக்கு அதிர்ச்சியில் உடல் விறைத்துப் போய்விட்டது. இதுதான் நிஜமான முழக்கம். கடந்த இரண்டு நாட்களாக நான் கண்ட லட்சக்கணக்கான மக்களிடமிருந்து கேட்டே இராத ஒரு முழக்கம். இப்போது கேட்டுவிட்டேன். கடலலைகள் மோதும் ஓசை, இடிமுழக்கம், அணுகுண்டு வெடிச் சத்தம் இவையெல்லாம் கொஞ்சம் கொஞ்சம் கலந்த முழக்கம். முகர்ஜி மோஷாய்கூட வாயைப் பிளந்து உட்கார்ந்துவிட்டார்.

முழக்கமிட்ட ஆளைப் பார்த்தேன். ஒரு ஆவேசச் சன்னியாசி.

அயோத்தியில் நாம் எங்கே போனாலும் சரி, என்ன செய்தாலும் சரி எல்லா இடங்களிலும் சன்னியாசிகள் இருப்பார்கள். குள்ளச் சன்னியாசிகள், நெட்டைச் சன்னியாசிகள், ஒல்லிச் சன்னியாசிகள், கோபக்காரச் சன்னியாசிகள், கட்டுமஸ்தான் சன்னியாசிகள், இளம் சன்னியாசிகள், கபடச்

சன்னியாசிகள், மடச் சன்னியாசிகள். சின்ன வயதுமுதல் எனக்கு இவர்கள்மீதிருந்த தீராப் பயம் இங்கே இவர்களைப் பார்த்துப் பார்த்துக் கொஞ்சம் கொஞ்சமாகத் தணிந்து கொண்டு வந்தது. ஆனால் இந்த அறைக்குள் எதிர்பாராத விதமாக இந்தச் சன்னியாசியைப் பார்த்ததும் போன பயம் திரும்பிவந்துவிட்டது. இவர் ரொம்ப உயரமுமில்லை, ரொம்பக் குட்டையுமில்லை; குண்டுமில்லை ஒல்லியுமில்லை. ஆனால் அவரது கண்கள் மட்டும் ஆட்கொல்லிச் சிறுத்தையின் கண்களைப் போல மிளிர்ந்தன.

முகர்ஜி மோஷாய் துடிப்பாக எழுந்து அவரை வணங்கினார். ஒருவழியாக நான் எனது விரிப்பைத் தூசி தட்டிவிட்டு, அந்தச் சன்னியாசியை உட்காரச் சொன்னேன்.

எங்களுக்கு ஆசி வழங்கியபடியே அவர் அமர்ந்தார். நல்ல வயதிருக்கும் அவருக்கு. தலைமுடி பயங்கரமாகச் சிக்குப் பிடித்துக் கிடந்தது. புன்னகைத்தபடியே அவர் இந்தியில் சொன்னார், “காலையில் ஒரு முங்கு போட்டு வரலாம் என்று சரயுக்குப் போனேன். என் துண்டுக்கு என்னவோ ஆகிவிட்டது. தண்ணீர் இழுத்துகொண்டு போயிற்றா இல்லை மனிதர்கள் யாராவது உருவிக்கொண்டு போய் விட்டார்களா? கூட்டத்தில் என்ன நடக்கும் என்று சொல்ல முடியாது.”

கெட்டிக்காரத்தனமான இந்தக் கேள்விக்கு என்ன பதில் சொல்வதென்று எனக்குத் தெரியவில்லை. துண்டை இழந்த கதையைச் சொல்லி வேறு எதற்கோ அடிபோடுகிறராக இருக்கலாம்.

இடுப்புத் துண்டு கட்டாத சன்னியாசிகள் பலரை நான் பார்த்திருக்கிறேன். ஆனால், துண்டு பறிபோனதைப் பற்றி இவ்வளவு அலட்டிக்கொள்ளும் சன்னியாசியை நான் பார்த்ததே இல்லை.

முகர்ஷி மோஷாய்க்கும் இந்திக்கும் காத தூரம்; அவர் இப்போது அந்த பாஷையைக் கொஞ்சம் கற்றுக்கொண்டிருக்கிறார். ஆனால், அவருக்குக் காது கேட்காதது அனுகூலமாகப் போய்விட்டது. பக்திப் பெருக்கோடு அவர் சன்னியாசியிடம் ‘எல்லாம் ராமனின் கருணை’ என்பதுபோல என்னவோ சொன்னார். சன்னியாசி என்னைப் பார்த்து, “இவர் என்ன சொல்கிறார்?” என்று கேட்டார்.

நானோ என் சிறுவயதில் பார்த்த இந்திப் பட வசனங்களை வைத்து ஒருவழியாக ஓட்டிக்கொண்டிருந்தேன். இப்போது

அவற்றை வைத்து முகர்ஜி மோஷாய் சொன்னதை மொழி பெயர்க்க முயன்றேன்.

ஆனால் சன்னியாசியோ ராமனுக்காகத் தன் துண்டை இழக்கத் தயாராக இல்லை. "ஆமாம், ராம்ஜிதான் எல்லாம்" என்றவர், பேன் மலிந்த தன் தலையைப் பரபரவென்று சொரிந்து கொண்டே, "இன்றைக்குக் கடைத்தெரு பக்கம் போவீர்களா? போனால் எனக்கொரு துண்டு வாங்கிக்கொண்டு வாருங்கள்."

நான் இதை வங்காளத்தில் மொழிபெயர்த்துச் சொல்ல வில்லை. சொல்லி என்ன பிரயோசனம்? முகர்ஜி மோஷாய் வேலையிலிருந்து ஓய்வுபெற்றவர். அவருக்கு எவ்வளவு வருமானம் என்று எனக்குத் தெரியும்.

ஆனால் அப்பாவி முகர்ஜி மோஷாய் தனக்குத் தானே உலைவைத்துக் கொண்டார். கொஞ்சமும் யோசனையில்லாமல் சன்னியாசியிடம், "பாபாஜீ, நீங்கள் பல் கட்டியிருக்கிறீர்களா? வாயில் கடலையை மென்றபடி பேசுவதுபோல இருக்கிறது நீங்கள் பேசுவது" என்று உளறினார்.

பாபாஜிக்கு இப்போது மொழிபெயர்த்துச் சொல்லத் தேவைப்படவில்லை. முகமலர்ந்து அவர் தன் முன்வரிசைப் பற்களிலிருந்து ஒரு போலிப் பல்லைக் கழற்றி முகர்ஜி மோஷாயின் உள்ளங்கையில் வைத்தார். "உண்மையைச் சொல்ல வேண்டுமென்றால் இந்தப் பல் வைத்து ரொம்ப காலம் ஆகிவிட்டது. இப்போது எதைக் கடித்தாலும் வலிக்கிறது. குழந்தாய், உனக்கு நல்ல காலம் பிறக்கும், ராம்ஜியின் ஆசி உனக்கு என்றென்றும் உண்டு, இந்தப் பல்லை மாற்றித் தா" என்றார்.

புதுத் துண்டு வாங்கும் பொறுப்பை எனக்கும் புதுப் பல்லுக்கு ஏற்பாடு செய்யும் பொறுப்பை முகர்ஜி மோஷாய்க்கும் சுமத்திவிட்டு அந்த சன்னியாசி கிளம்பிச்சென்ற பிறகு, நான் முகர்ஜி மோஷாயிடம் கேட்டேன், "இவர் உங்கள் ஆசிரமத்தைச் சேர்ந்தவரா?"

அதற்கு அவர், "இல்லை பாபு. இந்தச் சன்னியாசிகள் எங்கே நல்ல சாப்பாடு கிடைக்கிறது என்று தெருத் தெருவாகச் சுற்றிக்கொண்டிருப்பார்கள். ஏதாவது ஒரு இடத்தைக் கண்டுபிடித்து நைசாக நுழைந்துவிடுவார்கள். இவர்களை நம்பாதீர்கள். இப்படித்தான் முந்தாநாள் என் சோப்பு மாயமாகப் போச்சு" என்றார்.

நான் முன்பே சொன்னதுபோல, அயோத்தியில் தண்ணீர் கலங்கிவிட்டது; அந்தக் கலங்கிய தண்ணீருக்கும் இப்போது

தட்டுப்பாடு வந்துவிட்டது. மூன்றாவது நாள் காலை, அயோத்தி மக்கள் வெள்ளத்தால் மூழ்கிவிட்டது. பஸ்களும் ரயில்களும் வர வர மக்கள் வெள்ளம் உயர்ந்துகொண்டே போனது. நான் தஞ்சம் புகுந்திருந்த ஆசிரமத்தில் தண்ணீர் காலியாகிவிட்டது; அதாவது பல் விளக்குவது, வெளிக்குப் போவது, குளிப்பது ஆகியவற்றுக்கு நிரந்தர விடுதலை. ஆசிரமத்தில் எள் போட்டால் எள் விழாது, அவ்வளவு கூட்டம். தேநீரும், காலை உணவும் பிரசாதமும் தொடந்து அளிக்கப்பட்டாலும், ஆசிரமத்து நிர்வாகிகள் மணியடிப்பதற்குப் பயந்தார்கள்.

உறுதியற்ற ஆனால் அதிகப்படியான பரவசம் சில நேரம் பக்தி வேஷம் போட்டுக்கொள்வதுண்டு. எனவே நான் பக்தி பற்றிப் பேசப்போவதில்லை. ஆனால் ராமசந்திர மூர்த்திக்கு யாருக்குமில்லாத இவ்வளவு பிராபல்யம் ஏன் என்பதை ஆராய்ந்து பார்க்க வேண்டியது முக்கியம். ராமன் என்று ஒருவன் இருந்தான் என்பதை அறிஞர்கள் கிட்டத்தட்ட ஏற்றுக்கொண்டு விட்டார்கள். ஆனால் அவர்களில் பலர் ராமயணத்தை ஒரு புனித நூலாக எடுத்துக்கொள்வதில்லை. அவர்களைப் பொறுத்த வரை அது பாடல் வடிவிலிருக்கும் கதைப் புத்தகம். அது புனித நூலாக வாசிக்கப்படுவதில்லை. அப்படியும் இருக்கலாம். இதுபோக, ராமனைப் பற்றிய புராதனப் பிரதிகளில் வரும் முரணான குறிப்புகள் நம்மைப் புதிரில் ஆழ்த்திவிடுகின்றன. ரிக் வேதப் பாடல் ஒன்றில்(10–3–3) சொல்லப்படும் விஷயங்கள், ராமனுக்கும் சீதைக்கு இருப்பதாக மரபாகச் சொல்லப்படும் உறவுக்கு மாறாக உள்ளன.

ராம்காதார் என்ற தனது நீண்ட கட்டுரையில் இந்த வேதப் பாடலை மேற்கோள் காட்டும் முனைவர் சுகுமார் சென்[1], இதை இப்படி மொழிபெயர்க்கிறார்: பத்ரனும்(தாசர அஸ்வின்/ராமன்), பத்ராவும்(உஷை/சீதை) அருகருகே நடந்து செல்கிறார்கள்: அவனது சகோதரி(உஷை/சீதை)யின் பின்னால் அவளது காதலன்(நசத்ய அஸ்வின்/லட்சுமணன்) நடக்கிறான். அக்னி தண்மையாகச் சுடர்விட்டுப் பெருக்கி ராமனுக்குப் பிரியாவிடை கொடுக்கிறான்.

பாலி மொழி ஜாதகக் கதைகளிலும் ராமன், சீதை, லட்சுமணன் மூவரும் வாராணசியின் அரசன் தசரதனுக்கும் அவனது மூத்த பட்டத்து ராணிக்கும் பிறந்த சகோதர சகோதரியாகக் காட்டப்படுகிறார்கள். கைகேயி தன் மகனான பரதனுக்குப் பட்டம் சூட்ட வேண்டுமென்று ஆசைப்படுகிறாள். தசரதன் இதை ஏற்றுக்கொள்ளவில்லை; ஆனால் நாட்டைப்

1. சுகுமார் சென்(1900–1992) : வங்க மொழியியலாளர்; இலக்கிய வரலாற்றாசிரியர்

பிடிக்கும் பேராசையில் கைகேயி தனது மற்ற மகன்களைக் கொன்றுவிடுவாளோ என்று தசரதன் கவலைப்படுகிறார். எனவே தனது மகன்களை நாட்டிலிருந்து அனுப்ப முயற்சி மேற்கொள்கிறார். அவர் இன்னும் பன்னிரெண்டு ஆண்டுகள் உயிரோடு இருப்பார் என ஒரு ஜோதிடர் சொல்கிறார்; ஆகவே, அந்தக் காலம் முழுவதும் தங்கியிருப்பதற்காக ராமனும் லட்சுமணனும் இமாலயத்திலுள்ள வனத்துக்குச் செல்கிறார்கள்.

சீதை தானும் உடன் போவேன் என்று பிடிவாதம் பிடிக்கிறாள். காட்டில் ராமன் தனது குடிலுக்குள்ளேயே இருக்க, லட்சுமணனும் சீதையும் கிழங்குகளும் பழங்களும் தேடி வெளியே செல்கிறார்கள். ஒன்பது ஆண்டுகள் கழித்து தசரதன் இறந்துவிட, பரதன் ராமனை அழைத்துப் போக வருகிறான். வர மறுக்கும் ராமன், பரதனிடன் புல்லாலான தனது பாதுகைகளை அளிக்கிறான். பரதனோடு லட்சுமணனும் சீதையும் உடன் போகிறார்கள். ராமன் பன்னிரெண்டு ஆண்டுகள் கழித்து வாராணசிக்குத் திரும்பி வந்து சீதையைத் தனது பட்டத்தரசியாக ஆக்கிக்கொண்டு அரியணை ஏறுகிறான். அவனது ராஜ்யபாரம் பதினாயிரம் ஆண்டுகள் நீடிக்கிறது. வேறு சில ஜாதகக் கதைகளில் ராமன் போதிசத்துவராக வருகிறான்.

ஜைன ராமாயணம் ஒன்றில், ராமன் கிட்டத்தட்ட சாதாரணக் கதாபாத்திரம்தான். லட்சுமணன்தான் அதில் மையப் பாத்திரம். ராவணனை அழித்து அவன் எட்டாவது வாசுதேவனாக ஆகிறான். துருக்கியின் கோட்டானில் புழக்கத்திலுள்ள ராமாயணக் கதையில் பரசுராமன் தசரதனைக் கொல்கிறார். அந்தக் கொலையாளியிடமிருந்து தன் குழந்தைகளைக் காப்பாற்று வதற்காக தசரதன் மனைவி அவர்களை மண்ணின் கீழே புதைத்துவைக்கிறாள். பின்னர் ராமன் வளர்ந்து பரசுராமனைக் கொல்கிறான். சீதை ராவணனுக்கும் மண்டோதரிக்கும் பிறந்தவள்; ஆனால் பிராமணர்களின் அரசனான பத்துத் தலைகொண்ட ராவணனின் அழிவுக்கு அவள் காரணமாவாள் என்று ஜோதிடர்கள் சொல்வதால், அவளை ஒரு பெட்டியில் வைத்து நதியில் விடுகிறார்கள். காட்டில் ஒரு முனிவர் (வால்மீகி?) அவளைக் கண்டெடுத்துத் தன் பெண்ணைப் போல வளர்த்து வருகிறார். வேட்டைக்கு அங்கே வரும் ராமனும் லட்சுமணனும் அவள்மேல் காதல் கொள்கிறார்கள். ராமனுக்கும் ராவணனுக்கும் போர் நடக்கிறது என்றாலும், ராவணன் தன் தோல்வியை ஒப்புக்கொண்டு, தன்னை வென்றவனுக்குத் திறை செலுத்துவ தாக ஏற்று உயிர் பிழைக்கிறான். ராவணன் பின்னர் புத்தரின் சீடராகிறான்.

ராமன் வனவாசம் போன வழி

ராமன் குறித்த இந்தக் கதைகள் இந்தியாவின் எல்லாப் பகுதிகளிலும் மட்டுமில்லாமல் வாசமுள்ள காற்றைப் போலப் வெளிநாடுகளிலும் பரவியிருக்கின்றன. அப்படி இந்தக் கதை களில் விசேஷமாக என்னதான் இருக்கிறது? வெபர்[2] தொடங்கி சுனிதி குமார் சட்டர்ஜி, சுகுமார் சென்[3] வரையிலான அறிஞர்கள் இதைப் பற்றி யோசித்திருக்கிறார்கள். ஆனால் அவர்கள் ஊக வணிகர்கள் அல்லர். எனவே நேர்மையான தகவல்களும் நம்பத்தகுந்த வரலாற்று ஆதாரங்களும் இல்லாமல் உறுதியான துணிபுகளை வைப்பதற்கு அவர்கள் தயாராக இல்லை. ஆனால் என் போன்ற முட்டாள்களுக்கு இந்த மாதிரித் தடைகள் எதுவும் கிடையாது. கற்பனை உலகில் சஞ்சரிக்க பாஸ்போர்ட்டும் விசாவும் என்னிடம் இருக்கின்றன; லட்சக்கணக்கான இந்தியர்களைப் போல. இந்த அயோத்தியில்தான் பகவான் ராமன் பிறந்து அற்புதமான காரியங்களைச் செய்தான் என்று அவர்கள் உறுதியாக நம்புகிறார்கள். இதன் தெற்குப் பகுதியில் ராமர் பிறந்த புண்ணிய ஸ்தலம், ஜன்மபூமி இருக்கிறது; அது தங்களுடையது என்று முஸ்லிம்களும் உரிமை கொண்டாடி வருகிறார்கள். பல்லாண்டு காலமாக இரு தரப்பாருக்கும் இடையே வழக்கு நடந்துவருகிறது; இதனால் கோயிலின்(மறு தரப்பிலிருந்து பார்த்தால் மசூதியின்) நடை பூட்டியே கிடக்கிறது. என்றாலும் உள்ளே என்ன இருக்கிறது என்று தரிசிக்கும் ஆவலோடு பல்லாயிரக்கணக்கானவர்கள் வெளியே குழுமுகிறார்கள்.

அயோத்தியின் களேபரத்துக்கு நடுவில் ஒரு பெருங்கூட்டம், சட்டதிட்டங்களைச் சட்டை செய்யாமல், பரஸ்பரம் 'ஜெய் பஜ்ரங்க் பலி' என்று முழக்கமிட்டுக்கொண்டு ஒரு நூறு படிகள் ஏறி, அனுமன் குடிலின் குறுகிய பிராகாரத்திற்குள் பாய்கிறார்கள். திகைத்து நிற்கும் கூட்டத்தினரிடம் வழிகாட்டிகள், லட்சுமணனின் வீட்டையும் லவ குசனின் குடிலையும் கோசலையின் அரண்மனையையும் காட்டுகிறார்கள். படிப்பறிவில்லாத மக்கள் அவர்கள் சொல்வதை எல்லாம் ஆச்சரியத்தோடு வாய்பிளந்து கேட்டுக்கொண்டிருக்கிறார்கள். ஊருக்குத் திரும்பியதும் இவற்றையெல்லாம் அங்கிருப்பவர்களிடம் கட்டாயம் சொல்ல வேண்டும் என்று நினைத்துக்கொள்கிறார்கள். சுற்றிலும் சிமெண்ட் போட்டிருந்த ஒரு பழைய குளத்தைக் காண்பித்து ரிக்ஷாக்காரர் என்னிடம் "பகவான் இங்கேதான் நீராடுவார்" என்றார். என்னவோ எனக்கும் அதை நம்ப வேண்டும் என்று தோன்றியது. மனித மந்தையோடு

---

2. மார்க்ஸ் வெபர் (1869–1920): ஜெர்மானிய சமூகவியலாளர்.
3. சுனிதி குமார் சட்டர்ஜி (1890–1977): மொழியியலாளர், இலக்கியவாதி

மந்தையாக இராமல், பகுத்தறிவையும் வரலாற்று உணர்வையும் பலிகொடுக்காமல் நம்மால் இந்த வட இந்திய மக்களின் உள்ளங்களில் குடிகொண்டிருக்கும் ராமனை அறிய முடியாது. இதனால்தான் நான் நாள் முழுவதும் இந்த நகரத்தில் மக்களோடு மக்களாக முண்டியடித்துக்கொண்டு சென்றேன்; ஆறு பேர் இருப்பதற்கான ஃபட்ஃபட்டில் இருபது பேரில் ஒருவனாக நெருக்கிப் பிடித்துகொண்டு, ராமன் வனவாசம் போன வழியைப் பார்ப்பதற்காக ஃபைசாபாத் வரையிலும் போனேன். என் தலைக்குள் இதை மட்டும் பாராயணம் செய்துகொண்டே இருந்தேன்: "இதே பாதைதான், இதே பாதைதான், இதே பாதைதான்."

ஒரு நாள் சுனிபாபு என்னிடம் சொன்னார்: "ஆமாம் பாபு, அறிஞர்கள் ராமனும் சீதையும் அண்ணன் தங்கை, இலங்கை மத்திய பிரதேசத்தில் இருக்கிறது என்றெல்லாம் சொல்வதைக் கேள்விப்பட்டிருக்கிறேன்; ஆனால் இதையெல்லாம் தெரிந்துவைத்துக்கொண்டு எனக்கு என்ன ஆகப் போகிறது? ஒவ்வொருவருக்கும் அவரவருக்கென்று ஒரு அபிப்ராயம் இருக்கிறது. பகவான் ராமசந்திரரின் மகிமையைப் பக்தியின் பாதையில் சென்றால்தான் தெரிந்துகொள்ள முடியும். முடிவில்லாமல் விவாதித்துக்கொண்டே இருப்பதில் அர்த்த மில்லை."

தீவிர பக்திமானும் கோபக்காரருமான சுனிபாபு தனது கடவுள் நம்பிக்கையைக் காப்பாற்றுவதற்காகத் தன்னைச் சுற்றிலும் கடினமான ஓடு ஒன்றை உருவாக்கி வைத்திருக்கிறார்; எனவே நான் எனது அம்பறாத் தூணியிலிருந்து அம்புகளை எடுக்க வில்லை. ஆனால் அந்த ஓடு எத்தனை நாளைக்குத் தாங்கும் என்று சொல்ல முடியாது.

ராமனைப் பற்றிய புராண நம்பிக்கை அதன் வரலாற்று உண்மையைக்காட்டிலும் பலருக்கு ஏற்புடையதாக இருப்பது இன்னொரு பிரச்சினை. அதாவது, ராமன் என்ற பெயருடைய மாநிறத்தவன் யாரும் கிடையாது; அவன் உண்மையில் பசுமைக்கு, வளமான பயிர்களுக்கு உவமை; சீதை, நிலம் உழும் கலப்பையின் கொழு. லட்சுமணன், நல்லெண்ணம் கொண்ட ஒரு மனிதன். ஆரியரல்லாதவர்கள், தங்களின் நிலங்களை மேய்ச்சல்–வேட்டை வாழ்க்கை வாழும் ஆரியர்கள் வேளாண்மைக்காகக் கையகப்படுத்தவிடாமல் தடுக்கிறார்கள். அகல்யையின் கதையிலும் இந்த வேளாண்மையின் பரவல் பற்றிச் சொல்லப்படுகிறது. அகல்யை என்பதற்குத் தரிசு நிலம் என்று பொருள். அகல்யை சாப விமோசனம் என்பது தரிசு

நிலம் வேளாண் நிலமாக மாற்றப்பட்டதைக் குறிப்பதுதான். பொன் மான் வேடம்பூண்ட மாரீசனின் பின்னால் போன கதை, தங்கத்தின் மீதான பேராசையும் சபலமும் வேளாண்மைக்கு வினையாக முடிந்தது என்பதைச் சொல்லவருகிறதா? இது உண்மையாக இருக்குமானால், ராமனும் ஒரு உவமானமாக இருப்பதில் என்ன பிரச்சினை? இப்படி உவமானமாகச் சொல்வது இத்தோடு முடிந்துவிடவில்லை. ராமகிருஷ்ண பரமஹம்சரும்கூட ஒரு விளக்கத்தைத் தந்திருக்கிறார்: ராமனும் லட்சுமணனும் வனவாசம் செல்லும்போது கடவுள் அவர்களுக்குச் சில அடிகள் முன்னால்தான் இருந்தார்; ஆனாலும் லட்சுமணனால் அவரைப் பார்க்க முடியவில்லை; ஏனென்றால் சீதை அவர்கள் இருவருக்கும் நடுவிலிருந்தாள். லட்சுமணன் மனிதன், சீதை மாயை. மனிதர்கள் மாயையில் கட்டுண்டிருக்கிறார்கள்; அதனால் கடவுள் மிக அருகில் இருந்தும்கூட அவர்கள் பார்க்க முடியவில்லை. *(Gospels of Ramakrishna, , Swami Nikhilananda)*

விவேகானந்தரும் ஓரிடத்தில் சொல்கிறார்: ராமன் பரமாத்மா, சீதை ஜீவாத்மா. ஒவ்வொரு ஆண், பெண்ணின் உடலும் இலங்கை ராஜ்ஜியம்தான். நமது மனதின் பல நிலைகள்தான் அசுரர்கள். உடலுக்குள் மாட்டிக்கொண்ட ஆத்மா, இலங்கையில் சிறைப்பிடிக்கப்பட்ட சீதைக்கு ஒப்பானது. ஆனாலும் ஜீவாத்மா பரமாத்மாவோடு கலக்கும் ஆசையோடு எப்போதும் இருக்கிறது; இடையில் அசுரர்கள் தடுக்கிறார்கள். மனித குணாம்சங்களின் உவமானமாக இந்த அசுரர்கள் இருக்கிறார்கள்: விபீஷணன், ஆக்கபூர்வமான குணங்களுக்கும் சமாதானத்துக்கும் உவமானமாக இருக்கிறான்; ராவணன், ஆசைக்கும் உணர்ச்சிக் கொந்தளிப்புக்கும் உவமானம்; கும்பகர்ணன், இருண்மைக்கும் அழிவுக்கும் உவமானம். அனுமன், ஜீவாத்மா பரமாத்மாவுடன் இணைவதற்கான பாதையைக் காட்டும் குரு. சீதைக்கு அவன் அளிக்கும் கணையாழி, பரமாத்மாவை ஜீவாத்மா அடைவதற்கான ஞானம். *(Complete Works: Advaita Ashram).*

ராமனின் சாந்தமும் மென்மையும் பௌத்தத்தின் தாக்கத்தால் வந்தது என்று சிலர் கருதுகிறார்கள். வெபரைப் பொறுத்தவரை, ராமாயணமே “தசரதன் கதை” என்ற புத்த ஜாதகக் கதையை அடிப்படையாகக் கொண்டதுதான். பிராமணிய சமயத்துக்கும் புத்த சமயத்துக்கும் இடையிலான போராட்டத்தைச் சொல்வதுதான் ராமாயணம் என்கிறார் வீலர்[4]. ராமன் மனதையும் சீதை இயற்கையையும் குறிக்கிறார்கள் என்று சொல்லும் கோட்பாடுகளும் உள்ளன.

---

4. ராபர்ட் எரிக் மார்டிமர் வீலர்: (1890–1976) பிரிட்டிஷ் தொல்லியியலாளர்.

ராமாயணத்திலுள்ள உவமானங்கள், அதில் வரும் குறிப்புகள், கதைகள், கற்பனைகள் இவை எல்லாம் எவற்றைக் குறிக்கின்றன என்பது பற்றி நீண்டகாலமாக விவாதங்கள் நடந்துவருகின்றன. ராமன் என்றொருவன் இருந்திருக்கலாம், இல்லாமலுமிருக்கலாம், கடந்த காலத்தைப் பற்றி யார் என்ன சொல்ல முடியும்? ஆனால் இன்று அவன் உறுதியாக வாழ்கிறான், சந்தேகமில்லாமல்.

லட்சக்கணக்கான உற்சாகக் குரல்கள், வெள்ளமென ஆர்ப்பரித்துப் பெருகும் மக்கள், ஹோம குண்டங்களிலிருந்து வரும் வாசனை, பிரார்த்தனைகளும் பஜனைப் பாடல்களும் இவையெல்லாம் சேர்ந்து அயோத்தியில் ராமனை மீண்டும் பிறப்பெடுக்க வைத்திருப்பதுபோலத் தோன்றுகிறது. "*நைமி திதி மது மாஸ் புனிதா, சுக்ல பக்ஷ அபிஜித் ஹரிபிரிதா, மத்யதிவஸ் அதி ஸீத் ந காமா, பாவன் கால் லோக் விஸ்ரமா* (வசந்த காலத்தில் சித்திரை மாதம் சுக்ல பட்ச நவமி திதியில், புனர்வசு நட்சத்திரத்தில், குளிரோ அல்லது வெயிலோ இல்லாத மதிய வேளையில் ராமன் அவதரித்தான்.) கருவுற்றுப் பன்னிரெண்டு மாதங்கள் சிசுவைச் சுமந்து கோசலை பெற்ற அந்தக் குழந்தை பார்ப்பதற்கு அசாதாரணமாக இருந்தது. *லோசன் அபிராமா தனு கன்ஸ்யாமா, நிஜ் ஆயூத் பூஜ் சாரி, புவன் வனமாலா நயன் விஸாலா, ஸோபஸிந்து கராரி* (கண்களுக்கு இதமான கார்மேக வண்ணத்தில் கைகளில் வில்லும் பிற ஆயுங்களும் கொண்டு, கழுத்தில் வனமாலை ஆரத்துடன் அகன்ற விழிகளோடும் வஜ்ராயுதத்தோடும் இருந்தான்.) இவ்வாறு பிறப்பெடுத்த குழந்தையைப் பார்த்துக் கோசலை தொழுதாள். *பிரகத் நிகாயா நிர்மிதி மாயா ரோம் ரோம் பிரதி வேத கஹை, மம உர் ஸே வாஸி யஹ் அப்ஹாஸி ஸுந்த் தீர் மதி சீர் ரஹை* (இந்தக் குழந்தை என் வயிற்றில்தான் பிறந்தது என்றால் யார் நம்புவார்கள்?) *மாதா யுனி போலி ஸே பதி டோலி த்ஜ்ஹூ தாத் யஹ் ரூபா, கீஜை ஸிஸுலிலா அதி ப்ரியஸீலா யஹ் ஸுக் பரம் அனூயா.* (தன் தாயாரின் வேண்டுதலின் பெயரில் ராமன் தன் அவதார உருவத்தை விடுத்து, குழந்தையாக மாறி அழத்தொடங்கினான்.) இந்த அடிகளை எழுதி முடித்தபோது துளசிதாசருக்குக் கண்களில் கண்ணீர் துளிர்த்திருக்கும். அதைத் துடைத்துக்கொண்டு மேலும் நெக்குருகி எழுதிச் சென்றிருப்பார்.

ராமன் பிறந்துவிட்டான்; இனி அயோத்தியை விட்டுக் கிளம்ப வேண்டியதுதான். யாத்திரிகனே பெட்டியைக் கட்டு.

தான் படித்துக்கொண்டிருந்த துளசிதாசரின் ராமசரிதமானஸத்தை படுக்கையில் கவிழ்த்து வைத்துவிட்டு முகர்ஜி மோஷாய் நான்

உடைமைகளைக் கட்டுவதற்கு உதவ வந்தார். "இன்றைக்கு வண்டிகள் எதுவும் ஓடாது என்று கேள்விப்பட்டேன்" என்றார் அவர், "ஃபைசாபாத்துக்கு எப்படிப் போகப்போகிறீர்கள்?"

"சமாளித்துக்கொள்வேன்" என்றேன் ஏதோ ஞாபகத்தில்.

அயோத்தி கடைசி நாளன்று என்னைப் பாடாய்ப்படுத்தப் போகிறது என்று அப்போது எனக்குத் தெரிந்திருக்கவில்லை.

சீர்ஷேந்து முகோபாத்யாய்

# 4

ஒரு சிறு திருத்தம். அயோத்தி என்னைத் துரத்தவில்லை; மாறாக, என்னை அங்கே பிடித்து வைத்துக்கொள்ள ஆசைப்பட்டதுபோல இருந்தது. இது அதன் புராதனப் பழக்கம். திரேதா யுகத்திலும் அது இளவரசன் ராமனை அவ்வளவு சுலபமாக வனவாசம் போக விட்டுவிடவில்லை. தசரதனோ பட்டத்தரசி கோசலையோ குடும்பத்தாரோ கிடக்கட்டும், அயோத்தியின் சாதாரண குடிமக்கள் கூட – வசதிபடைத்தவர்களும் ஏழைகளும் – அவனைப் போகவிடாமல் வழி மறித்தார்கள். சித்திரை மாதம் முடிசூட்டுவதாக ஏற்பாடாகி யிருந்தது. அரியாசனத்தை நோக்கி நடந்துபோக வேண்டிய ராமன், வனத்தை நோக்கி திசைமாற்றிக் கொண்டான். அயோத்தியால் இந்த அநியாயத்தைப் பொறுக்க முடியவில்லை.

அந்தக் காலக் குடிமக்கள் அரியாசனத்துக்கு விசுவாசமாக இருப்பவர்கள்தான் என்றாலும் இளவரசன் ராமன் மீது ஏன் அவர்களுக்கு இத்தனை அன்பு என்பதுதான் கேள்வி. அவன் ஏழைகளுக்கும் அனாதைகளுக்கும் துன்பத்திலிருப்போருக்கும் புகலிடம் அளித்தான், மென்மையான சுபாவம் கொண்டவன், 'தன்னைத் தவறாகப் பேசினாலும் ஆத்திரப்படாதவன், பிறர் புண்படும்படி பேசாதவன், சினம் கொண்டோரைச் சமாதானப்படுத்துபவன், மக்களின் துன்பத்தைத் தன் துன்பமாக எண்ணிக் கலங்குபவன்' என்பதெல்லாம் உண்மைதான். என்றாலும் அவனது செல்வாக்கு புரியாத புதிராகவே உள்ளது. அன்றைய அரசர்களைப் பெரிய சக்கரவர்த்திகள் என்று சொல்ல முடியாது; ஏறத்தாழ, வேளாண்மை செய்து வாழும் பெரிய நிலச்சுவான்தார்கள் போலத்தான் அவர்கள்.

நமக்குச் சொல்லப்படுகிற அவர்களின் செல்வச்செழிப்பு பகட்டு இவையெல்லாம் அதிகமும் மிகைப்படுத்தப்பட்டவை. ஜனக மகராஜன் தனது நிலத்தைத் தானே உழுதான் என்ற செய்தியே உண்மையைக் குறிப்புணர்த்திவிடுகிறது. என்றாலும், அரசர்களின், இளவரசர்களின் வாழ்க்கை நிச்சயம் வேறானதாகத்தான் இருந்திருக்க வேண்டும். ஆடம்பரத்தோடு, கொண்டாட்டமும் விருந்துமாக அவர்கள் தங்கள் நாட்களைக் கழித்தது சாமானியர்களிடமிருந்து அவர்களைத் தனிமைப்படுத்தியிருக்க வேண்டும். தங்களை ஆண்டவர்கள்மீது மக்களுக்கு எவ்வளவுதான் விசுவாசமிருந்திருந்தாலும், ராமன்மீது அவர்களுக்கு இருந்த ஆழ்ந்த அன்புக்கான காரணமாக இது அமைந்திருக்க வாய்ப்பில்லை. அவன் கைகேயிக்கும் பிடித்தவனாகத்தான் இருந்தான், மந்தரை அவள் காதில் துர்போதனைகளைச் சொல்லும்வரையிலும்.

மக்கள் மனதில் அவன் இடம்பிடித்ததற்குக் காரணம், அவன் ஒரு இளவரசன் என்பதனால் அல்ல, விஷ்ணுவின் அவதாரம் என்பதனால் அல்ல, பிறரின் சுயநலத்துக்குப் பலிகடா ஆனவன் என்பதனாலும் அல்ல. அவனோடு பிறந்த தலைமைப் பண்புகள்தான் அதற்குக் காரணம். ராமன் என்று ஒருவன் இருந்தானா அல்லது அவன் கவியின் கற்பனைப் படைப்பா என்ற சந்தேகங்கள் எவையானாலும் சரி, ராமாயணத்தின் உத்தரகாண்டம் மறைமுகமான நோக்கங்களைக் கொண்டது என்று அடிக்கடி குற்றம்சாட்டப்பட்டாலும் சரி, ராமனது என்ன குணத்திற்காக இன்று வட இந்தியாவில் ராம நாமம் மக்களிடையே எதிரொலிக்கிறதோ, அதே குணம்தான் அவனது காலத்திலும் சாமானியக் குடிகளின் மனதில் அப்பெயர் நீங்கா இடம்பிடிக்கக் காரணமாக இருந்தது. அவன் வனவாசம் மேற்கொண்டது காரணமில்லாமல் அல்ல; ராமாயணத்தின் பல்வேறு வித்தியாசமான வாசிப்புகளில் ராமனது வனவாச வாழ்க்கைப் பற்றி தெரியவருகிறது. தனது வாழ்க்கையில் அவன் பெருமளவு புறப்பொருள்களில் பற்றற்றவனாக இருந்தான், ஒரு துறவியின் வாழ்க்கையை வாழ்ந்தான் என்பதையே பெரும்பாலான வாசிப்புகள் நமக்கு அறியத்தருகின்றன. காடு என்பதைக் குறிக்கும் "வன" என்ற சமஸ்கிருத வார்த்தையின் இன்னொரு பொருள் விகாசம். ராமன் தனது அரச பதவியை தானாக விரும்பியோ அல்லது கட்டாயத்தின்பேரிலேயோ துறந்திருக்கலாம்; ஆனால் அரண்மனை என்ற வரம்புக்கு அப்பாலிருந்த இந்த பாரத வர்ஷத்தின் பரந்த வெளி அவனை ஆகர்ஷித்திருக்க வேண்டும். எனவே வனவாசம் போகப்போகிறோம் என்பது அவன் இதயத்தில் எந்தத் துக்கத்தையும் ஏற்படுத்தியிருக்காது;

சீர்ஷேந்து முகோபாத்யாய்

அவன் அதைச் சாந்தத்தோடும் ஆர்வத்தோடும்கூட ஏற்றுக்கொண்டிருப்பான். நடந்திருக்கக் கூடாத ஒன்று என்று வெளிப்பார்வைக்குத் தோன்றினாலும், அது அவன் குணாம்சத்தை உருவாக்க ஏதோ விதத்தில் தூண்டுதலாக இருந்திருக்கிறது. சமயங்கள் ஒவ்வொன்றிலும், கடவுளின் அவதாரமென்றோ அல்லது தெய்வீகப் பிறப்பென்றோ அல்லது இறைவனின் உற்ற நண்பர் என்றோ கருதப்படும் மனிதர்கள் எல்லோரும் சாமானிய மனிதர்களோடு மனிதராகச் சமூகத்தில் தொண்டாற்றியவர்கள்தான். யேசுகிறிஸ்து அல்லது நபிகள் நாயகம், சைதன்ய மகாபிரபு அல்லது ராமகிருஷ்ணர் இவர்கள் அனைவருமே சாதாரணக் குடும்பங்களிலிருந்து வந்தவர்கள்; எனவே மக்களோடு மக்களாக இருப்பதற்கு இவர்களுக்கு எந்த முயற்சியும் தேவைப்படவில்லை. கிருஷ்ணன் பிற்காலத்தில் வேண்டுமானால் மன்னனாகியிருக்கலாம். ஆனால் அவனது குழந்தைப் பருவம் சாதாரண ஆயர் குலத்தோர் மத்தியிலேயே கழிந்தது. ராமனுக்கும் கௌதம புத்தருக்கும்தான் சிக்கல்; ஏனென்றால் இருவரும் இளவரசர்கள். புத்தர் தன் அரண்மனையை விட்டுவிட்டுச் சென்றார்; ராமன் வனவாசம் போனான். அவர்களுக்கு வேறு வழியில்லை, தங்களின் வாழ்நிலை அவர்களின் பாதையில் உருவாக்கியிருக்கும் தடைகளை உடைத்தெறிவதற்கு இந்தக் கடினமான வழியைத்தான் அவர்கள் மேற்கொள்ள வேண்டி வந்தது. இந்தக் காலகட்டத்தில்தான் அவர்கள் மக்களின்மீது வலுவான, ஆழ்ந்த, நிபந்தனையற்ற அன்பை வளர்த்துக்கொண்டார்கள்; அவர்களைத் தனித்துவமான ஆளுமைகளாக உருவாக்கியது இதுதான்.

எனவேதான் ராமனின் வனவாச யாத்திரை மிக முக்கிய மான ஒரு நிகழ்வு.

❍

சித்திரை முடிந்து வைகாசி பிறக்கப் போகிறது – இந்த நேரத்தில்தான் ராமனும் வனவாசம் போனான்.

தாங்க முடியாத கோடை வெயில் வட இந்தியாவை வாட்டத் தொடங்கியிருந்தது. முதுகில் பிரயாணப் பையும், தோளில் தொங்கும் தவிர்க்கவே முடியாத தண்ணீர் பாட்டிலும், கையில் சூட்கேஸுமாக நான் ஆசிரமத்தை விட்டுச் சாலையில் கால்வைத்ததுதான் தாமதம், கொதிக்கும் சூரியன் என்னைச் சுட்டெரித்தது. அயோத்தி என்னைப் போகவிட விரும்ப வில்லை என்பது உடனே தெரிந்துவிட்டது.

கடந்த சில நாள்களாக அயோத்தியில் மக்கள் வெள்ளம் பாய்ந்துகொண்டே இருந்தது; இன்று ஓட்டம் இல்லை, நகரம்

நிரம்பித் ததும்பிக்கொண்டிருந்தது. சாலைகளில் எல்லாம் இப்போது நகரமுடியாத அளவுக்கு மக்கள் நிறைந்திருந்தார்கள்; எப்படியோ போராடி வழியேற்படுத்திக்கொண்டு நான் ஒவ்வொரு அடியாக முன்னேற வேண்டியிருந்தது. கூட்டத்தில் நான் நுழைந்துவிட்டாலும், என் முதுகுப்பை ஒத்துழைக்க மறுத்தது. தலைகளும் கைகளும் தோள்களும் அதை வழி மறித்தன. நான் அதை விடுவிக்கத் தொடர்ந்து போராட வேண்டியிருந்தது. என் தண்ணீர் பாட்டிலின் வார் எவரது கையிலாவது மாட்டிக்கொண்டது. இந்த மூன்று லிட்டர் போக்கிரி பித்தளை பாட்டில் வேறு ஆடிஆடி போகிறபோக்கில் எவரையாவது இடித்துக்கொண்டே வந்தது. ஆனால் அங்கிருந்தவர்கள் நாட்டு மக்களாக இருந்தாலும், எனது நகரத்து மத்திய வர்க்கத் தோற்றத்தைப் பற்றிக் குறை கூறாமல், இடித்த இடத்தைத் தடவிக் கொடுத்துக்கொண்டதோடு நின்றுவிட்டார்கள். என்னை வண்டி ஏற்றிவிடுவதற்காக உடன்வந்த முகர்ஜி மோஷாய் சூட்கேஸைத் தூக்கிக்கொண்டிருந்தார். மக்கள் வெள்ளத்தில் அவர் ஆயிரம் தடவையாவது காணாமல் போயிருப்பார். நாங்கள் பரஸ்பரம் குரல் கொடுத்து ஒருவரையொருவர் கண்டு பிடிப்போம்; எல்லாம் பத்து தப்படிதான், மீண்டும் பிரிந்து விடுவோம்.

ரிக்ஷாக்களுக்கும் டோங்காக்களுக்கும் வேறு வண்டி களுக்கும் இன்று அனுமதியில்லை. ஆனால் இந்தத் தடை இன்று அனாவசியம்: இந்தக் கூட்டத்தில் எந்த வண்டியும் நகர முடியாது. நான் பார்த்ததெல்லாம், மக்கள்; அரண அரணாக மக்கள்; வேலி வேலியாக மக்கள்; சுழல் சுழலாக மக்கள். அயோத்தியின் நிரந்தரவாசிகளான குரங்குகளின் கூட்டம்கூட இன்று மரங்களையோ சுவர் உச்சிகளையோ விட்டுக் கீழே இறங்கத்தயாராகஇல்லை.இம்மாதிரியான கூட்டத்தில் மனிதர்கள் தங்களின் தனித்தன்மையை இழந்துவிடுகிறார்கள்; அவர்களின் இயல்பான உணர்ச்சிகளும் சுபாவமும் கலக்கத்துக்குள்ளா கின்றன. ஒருவருக்குத் தன்னை மற்றவரிடமிருந்து பிரித்தறிய முடியாமல் போய்விடுகிறது.

சாலைகளின் சந்திப்பொன்றில் போலிஸ்காரர் ஒருவர் பணிவோடும் வினயத்தோடும் இந்தியில் “இன்னும் கொஞ்சம் முன்னால் போனால் எல்லா வண்டியும், ரிக்ஷா, பஸ், டோங்கா எதுவானாலும், கிடைக்கும்” என்றார். ஆனால் இந்த ‘இன்னும் கொஞ்சம் முன்னால்’ எவ்வளவு தூரம் என்பதை அவர் சொல்லவில்லை.

எனக்கு உ.பி. போலிஸ்காரர்கள் மீது ரொம்ப காலமாகவே நல்ல மரியாதை உண்டு. இந்த மாநிலத்து மக்களும் பொதுவாக

மரியாதையோடு நடந்துகொள்பவர்கள், பணிவானவர்கள், விருந்தோம்பும் பண்பு கொண்டவர்கள்; இந்தக் குணங்களை நான் பலமுறை இங்குள்ள போலிஸ்காரர்களிடமும் பார்த்திருக்கிறேன். ஆனால் இப்படி பயங்கரமான கூட்டத்தைக் கண்டதும் அவர்களுக்கே என்ன செய்வதென்று தெரியாமலாகிவிட்டது போலிருக்கிறது. சாலைச் சந்திப்பிற்கும் பஸ் டிப்போவுக்கும் இடையே எதற்கும் அடங்காத மக்கள் கூட்டத்தில் திடீரென்று பயங்கரமான களேபரம்; மக்கள் எங்கே போவதென்று தெரியாமல் நாலா பக்கமும் சிதறத் தொடங்கினார்கள். ஆனால் அவர்கள் போவதற்கு இடம் எங்கே இருக்கிறது? ஒருவரை ஒருவர் முட்டிக்கொண்டு தரையில் விழுந்து அலறினார்கள். அங்கே என்ன நடக்கிறது? முன்னால் எங்கேயோ போலிஸ்காரர்கள் தடியடி நடத்திக்கொண்டிருக்கிறார்கள் என்பது தெரிகிறது.

இந்தத் தள்ளுமுள்ளில் பின்னால் தள்ளப்பட்ட நான் ஒரு வழியாகச் சமாளித்துக்கொண்டு, மீண்டும் முன்னால் நகர்ந்தேன். இதற்குள் என் உடம்பிலிருந்த நீர் எல்லாம் வேர்வையாக வெளியாகியிருந்தது. சட்டை தொப்பலாக நனைத்திருந்தது, என் சாக்ஸ்கள் ஊறிப்போய்விட்டன, தலைமுடியிலிருந்து வேர்வை சொட்டிக்கொண்டிருந்தது; என் நாக்கோ வறண்டு தேய்ப்புத்தாள் போலாகிவிட்டது. சுற்றி வளைத்து நின்ற காவலர் கூட்டத்தில் ஒருவரிடம் எதற்காக இந்தத் தடியடி என்று கேட்டேன். "சும்மாதான்" என்றார் அவர். அதாவது நியாயமான எந்தக் காரணமுமில்லை. ஆனால் அவரின் கண்களில் நான் கண்ட பீதியும் சந்தேக உணர்ச்சியும் இந்தப் பிரம்மாண்டமான கூட்டம் எப்படி நடந்துகொள்ளப் போகிறது என்பதைப் புரிந்துகொள்ள முடியாமல் போலிஸ்காரர்கள் இருப்பதைக் காட்டின. எனவேதான், எல்லோரையும் எச்சரிக்கை செய்யவும் தாங்கள் அங்குதான் இருக்கிறோம் என்று காண்பித்துக் கொள்ளவும் அவர்கள் தடிகளைக் கையிலெடுத்தார்கள்.

பஸ் டிப்போவுக்குப் போனால் நிச்சயம் பஸ் கிடைக்கும் என்று சிலர் சொன்னார்கள். எனக்குக் கிடைக்கவும் கிடைத்தது. ஒரு முனையிலிருந்து மறுமுனைவரை மக்களால் போர்த்தப்பட்ட ஒரு வண்டி; ஆனால் அது ஃபைசாபாத்துக்குப் போகும் வண்டியல்ல. நேற்றைக்குக்கூட பஸ் டிப்போவிற்கு எதிரே டோங்காக்களும் ரிக்ஷாக்களும் 'ஃபைசாபாத், ஃபைசாபாத்' என்று கூவிக்கொண்டிருந்தன. இன்றோ, அந்த இடம் துடைத்துப் போட்டதுபோல இருந்தது. மக்கள்தான் இடத்தை அடைத்துக்கொண்டிருந்தார்கள். இன்றைய உலகத்துக்குப் பயனற்ற, மிகவும் வெறுக்கப்படுகிற, எதற்கு உதவாத ஜன்மங்கள்.

ராமன் வனவாசம் போன வழி

ஃபைசாபாத் சாலையில் கண்ணுக்கெட்டிய தூரம் வரையிலும் மக்கள் வெள்ளம் மெல்ல நகர்ந்துகொண்டிருந்தது. போலிஸ்காரர் ஒருவர் என்னிடம் "கொஞ்சம் முன்னாலே காலேஜ் கிராஸ் ரோட் இருக்கு, அங்க போனா உங்களுக்கு பஸ் கிடைக்கும்" என்றார்.

என் முதுகிலிருந்த மேட் இன் இண்டியா பையின் வார்கள் முனையில் சத்தமாகப் பிய்ந்து வந்துகொண்டிருந்தன; என் தோளில் ஆடியாடி வரும் போக்கிரித் தண்ணீர் பாட்டிலிருந்து தண்ணீர் சொட்டிச் சொட்டி என் கால்சட்டை நனைந்திருந்தது; தோள்பட்டைகளோ அவற்றில் ஒரு நூறு கொப்பளங்கள் வெடிக்க இருப்பதைப்போலக் குத்துத் தரித்தன. நான் முன்பு சண்டைபோட்ட சாக்ரிகலி, மணிகாரி காட் சுமைக்கூலிகள், ஜாதவ்பூரிலும் வங்காளத்தின் சின்னச் சின்ன நகரங்களிலுமுள்ள ரிக்ஷாக்காரர்கள் இவர்களிடம் மனதிற்குள் மன்னிப்புக் கேட்டுக்கொண்டேன். நடக்க நடக்க எனக்கு உணர்வுகள் மரத்தன; மனம் வெறுமையானது. என் தலையிலிருந்து வேர்வை ஆயிரம் நீரோடைகளாக நிலத்துக்குப் பாய்ந்துகொண்டிருந்தது.

சித்திரை மாதத்துக் கொளுத்தும் வெயிலில் சாலையில் நடந்துபோக வேண்டிய கட்டாயம் ராமனுக்கு ஏற்படவில்லை; தசரதன் வற்புறுத்தலுக்கு இணங்கி அவன், சுமத்திரன் சாரதியாக ஓட்டத் தேரில் ஏறி மூன்று நாட்கள் தெற்காகப் பயணம் செய்தான். அம்பையும் வில்லையும் தவிர எதையும் அவன் சுமக்க வேண்டி இருக்கவில்லை. எல்லாவற்றிற்கும் மேலாக, அவனுக்கு என்னைவிட உடல் வலுவும் மனவலிமையும் ஆயிரம் மடங்கு அதிகம். எனவே அவன் அயோத்தியை விட்டு வெளியேறியதும் நான் இப்போது வெளியேறுவதும் ஒன்றல்ல. காலேஜ் கிராஸ் ரோடுக்கு இரண்டரை மைல் மெல்லமெல்ல நடந்த நான், அங்கு போய்ச் சேர்ந்ததும் என் முதுகுப்பையை இறக்கி ஒரு ரிக்ஷாவின் இருக்கையில் சரிந்து விழுந்தேன். நல்லகாலமாக 'ஃபைசாபாத்' என்று சொல்லிவிட்டுதான் நான் மயங்கியிருக்க வேண்டும். காலையில் சாப்பாட்டிற்கு வழியில்லை; ஒரு டம்ளர் தேநீர்கூட அருந்தவில்லை; கூட்டத்தில் முட்டி மோதி வழி ஏற்படுத்திக் கொண்டு அங்குலம் அங்குலமாக நான் நகர்ந்து வந்திருந்தேன். இறுதியில், என் உணர்வுகளும் எண்ணங்களும் காணாமல்போன பின்பும், என் பயணத்தைத் தொடர்வதற்கு ஒரு வாகன ஓட்டி கிடைத்தது இயற்கையின் கொடைதான்.

நான் மயங்கிப்போய்விடவில்லை; வயிற்றில் நிறைந்திருந்த ஒன்றரை லிட்டர் தண்ணீரை வெளியே இறக்கி என்னை ஆசுவாசப்படுத்திக் கொண்டேன். ஃபைசாபாத்தில் ரயிலைப்

பிடிக்க வேண்டுமே என்ற அவசரத்தில் முகர்ஜி மோஷாய்க்கு என் நன்றியைக்கூடச் சரியாகச் சொல்ல முடியவில்லை. ஃபைசாபாத் சாலையில் ரிக்ஷா விரைந்தது. நான் என் உணர்வுக் கொம்புகளை நீட்டி, கடமைக் கடலின் ஆழத்திலிருந்து ஏதாவது சேதிகள் வருகின்றனவா என்று அலைகளை விட்டுப் பார்த்தேன்; ஆனால் ராமன் வாழ்ந்ததாகச் சொல்லும் மூட்டமான காலத்திலிருந்து எந்தப் பதில் செய்தியும் வரவில்லை. என்றாலும், ராமன் இந்த வழியாகத்தான் போயிருப்பான் என்ற நம்பிக்கையோடு என் முழுக் கவனத்தையும் பாதையில் செலுத்தினேன்.

அயோத்தியைப் போல ஃபைசாபாத்தில் சொல்வதற்கு விசேஷமாக ஒன்றுமில்லை; ஆனால் இந்த நகரமும் புராதனமானதுதான். மிகப் பிரம்மாண்டமான பஜார். முழு நகரத்திலும் பெரும்பகுதியை அது ஆக்கிரமித்திருந்தது என்றே சொல்லவேண்டும்.

நவாபுகளின் காலத்து நான்கு புராதன வாசல்கள் நகரத்தைச் சுற்றி அமைந்திருந்தன. சுத்தமான சைவ விடுதியொன்றில் சோலே பட்டுரேவை வாங்கி உள்ளே தள்ளிவிட்டு ரயில் நிலையம் போனவன் மீண்டும் கிறங்கி விழப் போனேன். பிளாட்பாரத்திலும் சீட்டு வாங்குமிடத்திலும் வெளியேயும் ஒரு லட்சம் பேர் கூடியிருந்தார்கள். ஒன்றும் புரியாத, அநாதரவான, கரடுமுரடான, படிப்பறிவில்லாத இந்த இந்தியர்களை எங்கு போனாலும் படுத்துகிறார்கள். அவர்கள் கேட்டால் யாரும் பதில் சொல்வதில்லை, முகமலர்ச்சியோடு யாரும் அவர்களிடம் பேசுவதுமில்லை. பயணச்சீட்டுக் கொடுக்கும் இடத்தில் மணிக்கணக்காக இவர்கள் காத்திருப்பார்கள்; பயணச்சீட்டுக் கொடுப்பவர் கதவை இழுத்துப் போட்டுவிட்டு எங்கேயோ காணாமல் போய்விடுவார்; அதற்கும் இவர்கள் எதிர்ப்பைக் காட்டுவதில்லை. எப்படிக் காட்டுவதென்றுகூட இவர்களுக்குத் தெரியாது. சில பயணக் கோஷ்டிகளுக்கு வழிநடத்தத் தலைவன் என்று யாரேனும் உண்டு; ஆனால் அதிகமான கோஷ்டிகளுக்குக் கிடையாது. பிரயாணத்தின்போது படும் கஷ்டங்களைத் தங்கள் விதி என்று அவர்கள் ஏற்றுக்கொள்கிறார்கள்; இவர்களிடம் யாராவது முரட்டுத்தனமாக நடந்துகொண்டாலும், தாங்கள் இதற்குத்தான் லாயக்கு என்று இவர்களே எண்ணிக் கொள்கிறார்கள். இவர்கள் பிறக்கிறார்கள், மடிகிறார்கள்; இந்த இரண்டு நிகழ்வுகளுக்கும் இடையிலான இவர்களின் வாழ்க்கை ஒருவிதமான புதிர்தான். அந்த நீண்ட வரிசையை என்னவோ எனக்குச் சம்பந்தம் இல்லாத ஒன்று என்பதைப் போல அலட்சியம் செய்து இடையில் நுழைந்து, பயணச்சீட்டை எந்தத் தொந்தரவுமில்லாமல் வாங்கிக்கொண்டேன். ஆனால்

என் இதயத்தில் ஒரு சின்னக் குத்தல். மக்களுக்காகக் கண்ணீர் உகுத்த ஒருவனின் தடத்தைத் தேடிப் போகும் நான் ஏன் அவர்களுக்காக ஒரு சொட்டுக் கண்ணீர்கூட விடவில்லை?

நான் கண்ணீர் விடவில்லை; ஆனால் பில் விட்டான்; அவனைச் சந்தித்ததிலிருந்து அவன்மீது எனக்குப் பொறாமை உணர்வு தொடர்ந்து இருந்துகொண்டிருக்க இதுதான் காரணம். காவி உடையிலிருந்த அந்த இளம் அமெரிக்கன் இன்னும் முழுத் துறவுநிலையை அடையாமலிருக்கலாம்; ஆனால் அவனது ஆஜானுபாகு தோற்றத்துக்கு அந்தக் கனிவு மிகுந்த அன்பின் ஒளி தேஜஸை அளித்திருந்தது.

ஆளில்லாத முதல் வகுப்புப் பெட்டியில் அவன் காவிநிறச் சுருக்குப் பைக்குள் கைவிட்டு ஜெபமாலையை உருட்டிய படியே, "ஹரே ராம ஹரே ராம ராம ராம ஹரே ஹரே, ஹரே கிருஷ்ண ஹரே கிருஷ்ண கிருஷ்ண கிருஷ்ண ஹரே ஹரே," என்று ஜபித்துக் கொண்டிருந்தான். அந்த இளம் அமெரிக்கன் காவி நிற குர்தாவும் அதே நிறத்தில் மேல்துண்டும் அணிந்திருந்தான். வங்காளியும் இந்தியனுமான நானோ சட்டையும் கால்சட்டையும் போட்டுக்கொண்டிருந்தேன். அவன் தலையை மொட்டையடித்து பின்புறம் சாஸ்திரக் குடுமி வைத்திருந்தான்; நான் கிராப் வைத்திருந்தேன். என்ன ஒரு ஆள்மாறாட்டம்!

கண் இமைக்கும் நேரத்திற்குள் இருவரும் நண்பர்களாகி விட்டோம். நல்ல காலம், நான் பார்த்த வெள்ளையர்களிலேயே மிகவும் மென்மையானவன் இவன். கூச்ச சுபாவமுள்ள புத்திசாலி. அவன் இந்தியாவில் பணியாற்றவில்லை; தென்னாப்பிரிக்கா இஸ்கானில் பணியாற்றுகிறான். அங்கே அவர்கள் மிக அற்புதமான பத்திரிகை ஒன்றைக் கொண்டு வருகிறார்கள். இந்தியாவில் இந்த வெள்ளைத் தோல் இஸ்கான் வைணவர்களைக் கேலிப் பொருளாகப் பார்க்கிறார்கள். ஆனால், அந்தப் பத்திரிகையின் இதழ்கள் பலவற்றை புரட்டிப் பார்த்த எனக்குக் கண் திறந்ததுபோல இருந்தது. மேற்கத்தியர்கள் எதற்கும் குறுக்கு வழியை நாடுவதில்லை; ஒரு சமயத்தை ஏற்றுக்கொண்டால் அதை உளமார ஏற்றுக்கொள்கிறார்கள். அவர்கள் வெளியிட்டுள்ள ராதையும் கிருஷ்ணனும் அல்லது ராமன் படங்களைப் போல அழகான படங்களை நான் பார்த்ததே இல்லை; உண்மையிலேயே பார்க்கக் குதூகலமாக இருந்தது.

பாஸ்போர்ட்டின்படி அவன் பெயர் பில். ஆனால் அவன், யசோதநந்தன் தாஸ் என்ற தனது வைணவப் பெயரில் அழைக்கப்படுவதையே விரும்பினான். நானே சைவன், கண்ட இடத்தில் சாப்பிட மாட்டேன். இந்த விஷயத்தில் பில் எனக்கு

சீர்ஷேந்து முகோபாத்யாய்

ஒரு படி மேல். தான் குடிப்பதற்கென்றே ஒரு சின்னக் குடுவையில் தண்ணீர் கொண்டு வந்திருந்தான். வேறு யாரிடமிருந்தும் வாங்கிக் குடிக்க மாட்டானாம். சுத்த சைவ உணவு விடுதிகளைத் தவிர வேறெங்கும் உண்பதில்லை; வெங்காயம் என்றாலே அவனுக்குக் கிலி.

பில்லுக்கு வங்காளி தெரியாது; ஆனால் ஒன்றிரண்டு வார்த்தைகள் பேச முடியும். ஏறத்தாழப் பத்து வார்த்தைகள் தெரிந்துவைத்திருந்தான்.

"இந்தியாவுக்கு இதுதான் முதல் தடவையா?" என்று கேட்டேன்.

"இல்லை; இரண்டு வருடங்களுக்கு முன்பு மாயாபூருக்கு வந்திருக்கிறேன். அங்கே இரண்டு மாதம் இருந்தேன்."

ஜன்னல் பக்கத்தில் தன் மூட்டையை வைத்திருந்தான். "அதை மாற்றி வையுங்கள்," நான் எச்சரிக்கை செய்தேன். "கம்பி வழியாக யாராவது எடுத்துக்கொண்டு போய்விடப் போகிறார்கள்."

சோகப் புன்னகையோடு அவன், "இதற்கு முன்னால் வந்திருந்தபோது இரண்டு முறை எல்லாப் பொருட்களையும் களவுகொடுத்தேன். என் காமிரா, பாஸ்போர்ட், பணம், உடை எல்லாவற்றையும்" என்றான்.

அவனிடம் ஒரு கேள்வியைக் கேட்க இதுதான் சரியான சந்தர்ப்பம் என்று எனக்குப் பட்டது. "இந்தியா எப்படி இருக்கிறது உங்களுக்கு?"

"மிக அருமை. வங்காளம் எனக்கு மிகவும் பிடித்தது."

"அப்படியானால் அமெரிக்கா?"

"அங்கு போய் வாழாமல் மனிதர்களைக் கடவுள்தான் காப்பாற்ற வேண்டும். கொடுங்கனவு அது."

"இங்கே கடைசியாக எப்போது வந்தீர்கள்?"

"இரண்டு வருடமிருக்கும். அதிகமாகக்கூட இருக்கலாம்."

"தென்னாப்பிரிக்கா எப்படி இருக்கிறது?"

"அங்குள்ள அரசாங்கம் எங்கள் பணிக்கு இடைஞ்சல் கொடுப்பதில்லை. இஸ்கான் அங்கே வேகமாக வளர்ந்து கொண்டிருக்கிறது."

கம்பார்ட்மெண்டில் வேறு இருவரும் இருந்தார்கள்; ஒருவர் காவல் துறையில் வேலை பார்ப்பவர்; இளம்வயதுக்காரரான

மற்றொரு ஆசாமி ஒரு மருத்துவன் என்பது பின்னால் தெரியவந்தது. இருவருக்கும் ஒரு வார்த்தைகூட ஆங்கிலம் வராது; ஆனாலும் இந்த வெள்ளைக்கார சன்னியாசியை மிகுந்த ஆர்வத்தோடு பார்த்துக்கொண்டே இருந்தார்கள்." இந்த வெள்ளைக்காரர் ஏன் சன்னியாசி ஆனார்? எங்கிருந்து வருகிறார்? என்ன சொல்கிறார்? அவருக்குத் திருமணமாகிவிட்டதா? அவர் மாட்டிறைச்சி சாப்பிடுவாரா?" என்றெல்லாம் இந்தியில் கேட்டுக்கொண்டே வந்தார்கள்.

அவர்களுக்கு ஒவ்வொன்றையும் விளக்கிச் சொல்ல நான் ரொம்ப பிரயாசைப் பட வேண்டியிருந்தது. என்றாலும் தாங்க முடியாத மதிய வெக்கையில் கொதித்துக்கொண்டிருந்த அந்த கம்பார்ட்மெண்டில் நாங்கள் நான்கு பேரும் மிகச் சுமுகமாக இருந்தோம். அந்தச் சக பயணிகள் இருவரின் உடை, பேச்சு இவற்றிலிருந்து அவர்கள் இருவரும் முதல் வகுப்புப் பயணச்சீட்டு எடுக்கவில்லை என்று யூகித்தேன். சிறிது நேரம் கழித்து, எனது யூக சக்தி வலுப்பட்டபோது, அவர்கள் இருவரும் எந்த வகுப்புப் பயணச் சீட்டும் எடுக்கவில்லை என்பது எனக்கு வெளிச்சமானது. நான் கழிப்பறைக்குப் போகும்போது அங்கே பாதையில் உட்கார்ந்திருந்த கிராமத்துக்காரர்கள் சிலரைப் பார்த்ததும் நாட்டின் இந்தப் பகுதியில் ரயிலுக்குப் பயணச்சீட்டு எடுக்க வேண்டிய அவசியமில்லை என்பது விளங்கிவிட்டது. சிலர் எடுக்கிறார்கள், பலர் எடுப்பதில்லை; ஆனாலும் சேர வேண்டிய இடத்துக்கு எல்லோரும் போய்ச் சேரத்தான் செய்கிறார்கள்.

போலிஸ்காரர் எழுந்து போனார்; அந்த இளம் வயதுக்காரன் எனக்கும் பில்லுக்கும் நடுவில் வந்து உட்கார்ந்தான். பேசும்போதே கேட்டுக்கொண்டிருப்பவரின் காலையோ கையையோ பிடித்து அசைக்கும் கெட்ட பழக்கம் அவனுக்கிருந்தது. இயந்திரத் துப்பாக்கி சுடுவதைப் போல அவன் வேகமாகப் பேசிக்கொண்டே போனான்; போதக்குறைக்கு தனது வட்டார வழக்கில் வேறு பேசினான்; பாதி எனக்குப் புரியவே இல்லை.

என்றாலும் அவன் ஒரு மருத்துவன் என்பதும் அறுவை சிகிச்சை செய்பவன் என்பதும் எப்படியோ எனக்கு விளங்கி விட்டது.

"அப்படியானால் நீங்கள் சர்ஜனா?" என்று கேட்டேன்.

"சர்ஜன் மாதிரி."

"எம் பி பி எஸ்ஸா?"

"இல்லை, எங்களுடையது ஒரு மாத படிப்பு."

"ஒரு மாதமா?" நான் தலைசுற்றிக் கீழே விழப் போனேன்.

மூலம், பௌத்திரம் இவற்றிற்கு அறுவை சிகிச்சை செய்பவன் அவன் என்பதைக் கஷ்டப்பட்டுத் தெரிந்துகொண்டேன்.

"இந்த இளைஞர் டாக்டரா?" என்று கேட்டான் பில்.

"ஆமாம். ஒரே ஒரு மாதம் பயிற்சி எடுத்துக்கொண்டு அறுவை சிகிச்சை செய்துவருகிறான்."

"என்னது!" பில்லுக்கு மூச்சு நிற்காத குறைதான்.

## 5

ரயிலில் என்னவோ பிரச்சினை. கடைசியில் நாங்கள் காசியில் போய் இறங்கும்படியாகி விட்டது. ஜாதகக் கதை ஒன்றின்படி தசரதன் வாராணசியின் அரசன்.

பில்லுக்குத்தான் சிக்கல்; காவியுடையிலிருக்கும் இந்த வெள்ளைக்காரனைத் தெருவில் போவோர் வருவோர் எல்லாம் எதிரிபோலப் பார்த்தார்கள்; அல்லது நின்று கூர்ந்து பார்த்துவிட்டுப் போனார்கள். அவர்களின் கேலிகளும் கிண்டல்களும் எங்கள் காதில் விழுந்தன. வாரணாசியின் நாய்கள்கூட அவனைப் பார்த்து ஆவேசமாகக் குரைத்தன. அரசாங்கத் தங்கும் விடுதிகள் எப்போதுமே வெள்ளைக்காரர்களால் நிரம்பியிருக்கும் என்பதால் இந்த நாய்கள் ஏகப்பட்ட பேர்களைப் பார்த்திருக்கும். வெள்ளைக்கார ஆண்களையும் பெண்களையும் உள்ளாடையிலும் கட்டைக் கால்சட்டையிலும் மினி ஸ்கர்டிலும் பார்த்துச் சும்மா இருக்கும் இந்த நாய்கள், காவியுடையிலிருக்கும் பில்மீது மட்டும் ஏன் இப்படி எரிந்துவிழ வேண்டும்?

பில்லோ இந்த எதிர்ப்பையெல்லாம் புன்னகையோடு எதிர்கொண்டான். ராம, கிருஷ்ண நாமங்களை உச்சரித்தபடி உலகம் முழுவதும் சுற்றியலைந்து பழகியவன் அவன்; இந்த மாதிரியான சில்லறைத் தொந்தரவுகளை மனதில் போட்டுக்கொள்ள மாட்டான். நான் நாய்களை விரட்டினேன், அவன் ஒன்றுமே செய்யவில்லை. வழிப்போக்கர்கள் அவனை உற்றுப் பார்ப்பதைப் பார்த்து நான்தான் எரிச்சலடைந்தேன்; அவன் அடையவில்லை.

பக்தி தொற்றுவியாதி போலிருக்கிறது. எனக்கு அன்றுவரையிலும் ராமனிடம் பெரிய ஈடுபாடு இருக்கவில்லை; அதிலும் குறிப்பாக,

அவன் வாலியைக் கொன்றதும் சீதையை வெளியேற்றியதும், தொட்டதற்கெல்லாம் சிணுங்கியதும் எனக்குப் பிடிக்கவில்லை. ஆனால், “ராமனையும் அவனது ஆராவாரக் கும்பலையும் நான் வெறுக்கிறேன்” என்று சொன்ன மைக்கேல் மதுசூதன தத்தைப் போல எனக்கு அவன்மீது அவ்வளவு வெறுப்புக் கிடையாது. வங்காளிகள் பலரைப் போல, நானும் அவன்மீது ஈடுபாடு இல்லாமல்தான் இருந்தேன்; ஆனால், அயோத்தியில் நான் கேட்ட லட்சக்கணக்கான பக்திப் பரவசக் குரல்கள் என்னை மாற்றிவிட்டன. எனக்குள் என்னையறியாமலேயே ராமன்மீதான மோகத்தின் விதை இடப்பட்டிருக்க வேண்டும். முரட்டு பக்தனான இந்த பில்லோடு சில மணிநேரம் கழித்ததில் அது முளை விட்டிருக்கிறது. “ஹரே ராம ஹரே கிருஷ்ண’ என்ற அவனது ஓயாத ஜபம் இன்னமும் என் காதில் தந்தியின் ஒலித்துடிப்பைப் போலக் கேட்டுக்கொண்டிருக்கிறது. ராமன்மீதான பக்தியும் கிருஷ்ணமீதான பக்தியும் வேறுவேறல்ல; ஹனுமனே இதை உணர்ந்திருந்தான். என்றாலும் அவன் “ஸ்ரீநாத ஸ்ரீஜானகிநாதே அபேத் பரமார்த்மனி, ததாபி மமா சர்வஸ்யா ராம கமலலோசனா” என்று சொல்கிறான். (ராமனும் கிருஷ்ணனும் ஒன்றுதான் என்பதை நான் அறிவேன், ஆனால் கமலக்கண்ணனான ராமனே எனக்கு எல்லாமாக இருக்கிறான்). ராமனின் வனவாசத் தடத்தைப் பின் தொடரும் இந்தப் பயணத்தில் நான், கிருஷ்ண பக்தி இயக்கம் வாயிலாக பில் யாரைத் தேடுகிறானோ அவனையே தேடுகிறேன் போலிருக்கிறது.

வாராணசியில் பில்லும் நானும் பரஸ்பரம் விடைபெற்றுக் கொண்டோம். சில மணிநேரமே இருவரும் சேர்ந்திருந்திருந்தோம் என்றாலும் அந்த நினைவு சந்தனத்தின் மணத்தைப் போல இருந்துகொண்டே இருகிறது. பில் செல்லும் இடமெல்லாம் கிருஷ்ணனும் உடன் செல்வானாக!

ஜானகிநாதன் போன பாதையில் நான் என் பயணத்தை மீண்டும் தொடங்கினேன். கடந்த காலத்தில் எப்போதோ தொடங்கிய பயணம் அது. குடும்பச் சூறாவளியில் தொடங்கிய பயணம். அது இன்றுவரையிலும் முடிந்த பாடில்லை. காலம்காலமாகக் கிராமங்களிலும் நகரங்களிலும் பெருநகரங் களிலும் லட்சக்கணக்கான மக்கள் ராமாயணத்தை வாசிக்கும்போது, ‘ராமன் வனவாசம் போகிறான்’ என்ற வார்த்தைகள் அந்தப் பக்தர்கள் ஒவ்வொருவரின் இதயத்திலும் கொந்தளிப்பை உண்டாக்குகின்றன. மரவுரி தரித்த மூன்று உருவங்கள் தலை கவிழ்ந்தபடி துயரம் கப்பிய இதயத்தோடு, துறவின் மெல்லிய தேஜஸ் பிரகாசிக்க மெல்ல நடந்துபோகும் காட்சி அவர்களின் மனக்கண்ணில் தெரியும். ஆனால் ராமன்

யார் என்பதை மூடியிருக்கும் பனியை இதுவரையிலும் எந்த ஆராய்ச்சியாலும் விலக்க முடியவில்லை. அகழ்வாராய்ச்சிகள் ஏதாவது சான்றுகளை அறியத்தரும் என்ற நம்பிக்கையும் குறைந்துவிட்டது. தடயங்கள் எல்லாம் சின்னாபின்னமாகி விட்டன; இடங்கள் பற்றிய அரிதான விவரணைகள், இந்த வழியாகப் போயிருக்கலாம் என்ற மூட்டமான ஒரு பாதையையே தெரிவிக்கின்றன. எடுத்துக்காட்டாக, தமஸா நதி. எந்த நதியும் ஒரே தடத்தில் நிரந்தரமாக ஓடிக்கொண்டிருப்பதில்லை; எனவே தமஸா நதியும் தன் போக்கைப் பலமுறை மாற்றிக்கொண்டிருக்க வேண்டும். கோமதி நதியும் இன்று ஓடுவது வேறு தடத்தில். என்றாலும் இவ்விரு நதிகளும் இருக்கின்றன. கடந்த காலத்தில் இவ்விரு நதிகளுமே ராமனின் மாசற்ற உருவத்தைத் தங்களின் நீரில் பிரதிபலித்திருக்கும் (அப்படித்தானே?). இவ்விரு நதிகளுக்கும் பொதுவாக இருப்பது இது ஒன்றுதான்.

மக்கள் ராமனை வனவாசம் போவதற்கு விடவில்லை. துயரத்திலாழ்ந்திருந்த ஆண்களும் பெண்களும் தசரதனைப் பழித்து, தங்களின் விதியை நொந்துகொண்டார்கள். "நான் உங்களை விடுவதற்கில்லை; ஆனாலும் நான் விட வேண்டியிருந்தது" என்று எழுதினார் தாகூர். அப்படி விட வேண்டியிருந்ததா? அப்படியானால் ராமனில்லாத அயோத்தியில் அவர்களுக்கு என்ன இருக்கிறது? முன்னே செல்லும் ரதத்தைப் பின்தொடர்ந்து குடிமக்கள் ஓடினார்கள்; வனவாசம் போகும் ராமனோடு மொத்த அயோத்தியுமே உடன் போகுமானால் அது எப்படி வனவாசமாகும்? எனவே ராமன் தமஸா நதிக்கரையில் இறங்கினான்; அங்கே இரவு தங்கப்போகிறான்; வனவாசத்தின் முதல் இரவு. துக்கித்திருந்த மக்கள் களைத்துப்போய் ஆழ்ந்து உறங்கிக்கொண்டிருக்கையில், ராமன் இடியைப் போலக் கலங்காத நெஞ்சத்தோடு சுமத்திரனிடம் ரதத்தை வடக்குமுகமாக அயோத்தியை நோக்கிச் செலுத்தச் சொன்னான். அங்கிருந்து நெடுந்தொலைவு போனதும் மாற்றுப் பாதையில் திருப்பி தமஸா நதியைக் கடந்து தென்முகமாகப் பயணத்தைத் தொடந்தான். அதிகாலை விழித்தெழுந்த மக்கள் ராமனைக் காணாமல் திகைத்து, ரதத்தின் தடத்தைப் பார்த்து ராமன் அயோத்தி திரும்பி விட்டான், தங்களின் முயற்சி வீண்போகவில்லை என்ற சந்தோஷத்தோடு ஊருக்குத் திரும்புகிறார்கள். ஊர் திரும்பியதுமே தங்களின் தவற்றை உணர்கிறார்கள். இப்போது அயோத்தி முன்பினும் இருமடங்கு துக்க ஓலத்தால் நிரம்புகிறது.

ராமன் தன் ரதத்தில் நான்கு நதிகளைத் தாண்டுகிறான். தமஸா நதி, வேதசுருதி நதி, கோமதி நதி, ராஜ்ஜியத்தின் தெற்கு எல்லையிலிருக்கும் ஸ்யந்திகா நதி. அது கோடைகாலம் என்பதால் நீர்மட்டம் குறைவாகவே இருந்திருக்க வேண்டும்.

மூன்று பகல்களும் மூன்று இரவுகளும் ரதத்தில் பயணம் செய்த பின்னர் ராமன், நிஷாத அரசனான குகனின் சிருங்கிபேரபுரத்திற்கு வந்துசேர்கிறான்.

இந்த இடத்தை அடையாளம் காண்பது அவ்வளவு எளிதாக இருக்கவில்லை. நான் பலரிடம் விசாரித்தேன், ஆனால் ஒருவர்கூட இந்த இடத்தின் பெயரை அதுவரை கேள்விப்பட்டதில்லை. கடைசியாக அலகாபாத்தில் சுற்றுலாத்துறையிலிருந்த ஒரு பெண்மணிதான் எனக்கு வழி சொன்னார். "இங்கே நீதிமன்றத்திலிருந்து லால்கோபால் கஞ்சுக்குப் போகும் பஸ்ஸில் ஏறி பகவதிபூரில் இறங்குங்கள்; அங்கிருந்து மூன்று கிலோ மீட்டர்தான், அங்கே டோங்கா கிடைக்கும்"

சொன்னதுபோலவே, அலகாபாத் நீதிமன்றத்திலிருந்து லால்கோபால்கஞ்சுக்கு பஸ் பிடித்தேன்; ஆனால் நான் இறங்க வேண்டிய இடம் என்று கண்டக்டர் இறக்கிவிட்ட பகவதிபூரோ பொட்டல்காடு. சாலையோரத்தில் மூங்கில் பிளாச்சுகளால் கட்டிய ஒரு சின்னக் கடை மட்டுமே இருந்தது; அதைத் தவிர அக்கம்பக்கத்தில் வேறு குடியிருப்புகளே தென்படவில்லை. ஒரேயொரு அறிவிப்புப் பலகை மட்டுமிருந்தது: *'சிருங்கிபேரபுரா, அகழாய்வுப் பகுதி, மூன்று கிலோ மீட்டர்.'*

கடைக்கு வெளியே இருந்த பெஞ்சில் சிலர் சோம்பல் பயின்றுகொண்டிருந்தார்கள். பெரியமனது வைத்து அவர்கள் ஒரு தகவலைச் சொன்னார்கள்: அங்கே ஒரே ஒரு டோங்காதான் உண்டு, ஆனால் அதன் சக்கரம் முறிந்துபோய்விட்டது. ஆக, எனக்கு வேறு வழியில்லை, நடைதான். அவர்களில் ஒருவர், சைக்கிளில் போகும் யாரையாவது நிறுத்திக் கூட்டிப்போகும்படி கேட்கச் சொன்னார். நான் வேண்டாம் என்று சொல்லிவிட்டேன். மூன்று கிலோமீட்டர்தானே, பெரிய தூரம் ஒன்றுமில்லை.

ஆனால், நேரமோ வெயில் கொளுத்தும் மதிய வேளை; வயல்வெளிகளைச் சூரியன் சுட்டெரித்துக்கொண்டிருந்தான். காற்று ஆவேசமாக வீசிக்கொண்டிருந்தது. இந்த மூன்று கிலோ மீட்டர் நடை சாவுக்கு முந்திய இறுதி நடைபோலத் தோன்ற ஆரம்பித்துவிட்டது. உ.பி.யின் இந்த அநாதரவான சாலை எவ்வளவு தூரம் பாதுகாப்பானது என்பதும் தெரியவில்லை. "புலிகளுக்கல்ல, பாம்புகளுக்குமல்ல. நான் அஞ்சுவதெல்லாம் இந்த மனித விலங்குகளுக்குத்தான்."

ரொம்ப காலம் நகரத்திலேயே வசித்ததால் கிராமங்கள் பற்றிய தேவையற்ற பயம் மனதில் ஏற்பட்டுவிடுகிறது;

அநாதரவான, ஆளரவமற்ற இடங்கள் சொல்ல முடியாத பதற்றத்தை உருவாக்கிவிடுகின்றன.

சிருங்கிபேரபுராவுக்குச் செல்லும் குறுகிய தார்ச்சாலையில் நடந்துபோகும்போதுதான் மதிய நேரம் என்பது எப்படி வெறுமையாக இருக்கும் என்பதை நான் உணர்ந்தேன். காற்று, மரங்கள் விரித்திருக்கும் நிழல்கள், அவ்வப்போது கேட்ட பறவைகளின் ஒலி, பூச்சிகளின் சிணுசிணுப்பு, அமானுஷ்யத் தனிமை. வியர்வை குடம்குடமாகக் கொட்டிக்கொண்டிருந்தது, நாக்கு தேய்ப்புத்தாள் போல ஆகிவிட்டது; சூரிய வெளிச்சத்தில் கண்கள் இருண்டன. பற்களிலும் வாயிலும் காதிலும் கண்ணிலும் ஒரே தூசி. என்றாலும் நான் உடலில் பெரிய சங்கடத்தை உணரவில்லை. ஆனால், அனல்வீசும் இந்தப் பயங்கர வெயில் எனது சிந்திக்கும் திறனைக் குழப்பத்தில் ஆக்கிவிட்டது. எது நிஜம் எது நிஜமில்லை என்பதை பிரித்தறியும் சக்தி என்னிடமிருந்து மறைந்துகொண்டிருந்தது. அந்த மதிய நேரம் ஆவிகளின் கட்டுப்பாட்டுக்குள் போய்விட்டதுபோல எனக்குத் தோன்றியது. யாரையும் காணவில்லை; ஆனால், முகத்தை மறைத்துக்கொண்டு சைக்கிளில் இப்போது என்னைக் கடந்துபோனவர் யார்? அங்கே, மூங்கில் புதரில் நிலத்தில் குனிவதும் மீண்டும் எழுவதுமாக இருக்கும் மரங்கள் அல்லது விடாமல் கேட்கும் அந்த முணுமுணுப்பு. இவை எதுவுமே சாதாரணமாக இல்லை. இந்த மதிய வேளையில் கேட்கும் பறவைகளின் கீச்கீச் கனவா, இல்லை அதுவும் இந்தச் சூழ்ச்சியின் ஒரு பகுதிதானா?

மதியத்தின் ஆவேச வெயில், நீண்ட தூரம் நடக்க வேண்டிய கொடுமை, வறண்டுபோன தொண்டை எல்லாம் இருந்தாலும், இயற்கையான வெளிச்சம், நிழல் இவற்றின் ரசாயனம் ஒருவித மான வெறிச்சென்ற உணர்வை ஏற்படுத்தினாலும், அந்த மதியப் பொழுதிற்கு அது தீராத அழகையும் அளித்தது. பயணத்தில் இதுபோன்ற ஒரு அரிய களிப்பை நீண்ட காலத்துக்குப் பிறகு இப்போதுதான் நான் அடைகிறேன்.

அங்குமிங்குமாக ஒரு சில கிராமங்களைக் கடந்து சென்றவன் ஓரிடத்தில் சிறு வாய்க்கால் ஓடுவதைப் பார்த்து நின்றேன். இருவர் அதற்கு அணை போட்டுக்கொண்டிருந்தார்கள். எதுவும் பதில் சொல்லாமல், தொடுவானத்தைச் சுட்டிக் காட்டினார்கள் அவர்கள்.

அந்தச் சாலையில் ஒரு திருப்பம் எடுத்ததும் ஒரு குன்று கண்ணில் தென்பட்டது; அதன் உச்சியில் ஒரு குடில். வலது புறத்தில் மேட்டுபகுதியில் தென்பட்ட கட்டடங்களும் ஒரு கோயிலும் சிருங்கிபேரபுரா பாழடைந்த ஒரு நகரம் என்று என்னை எண்ணச் செய்தன.

ஆனால் அது உண்மையல்ல. ஒரு பள்ளிக்கூடமும் ஒரு தர்மச் சத்திரமும் கோயில்களும் வீடுகளும் அமைந்திருந்த சிருங்கிபேரபுரா உண்மையில் ஒரு முழுமையான குடியிருப்பு. அந்த ஊரில் மக்கள் அதிகம் குடியிருக்காமல் இருக்கலாம். ஆனால், புனித யாத்திரிகர்கள் ஏராளம் பேர் வந்துபோய்க் கொண்டிருந்தார்கள். கங்கைக்குச் செல்லும் படித்துறைகள் கண்ணுக்கு விருந்தளித்தன. சடங்குகள் செய்வதற்கு வசதியாகப் பாண்டாக்களும் வழிகாட்டிகளும் துறைகளில் மரபெஞ்சுகளைப் போட்டிருந்தார்கள்.

மரங்களும் அங்கே நிழலிட்டிருந்தன. கங்கையிலிருந்து வீசும் இனிய காற்றை அனுபவித்தபடி கொஞ்சம் ஓய்வெடுக்க லாம் என்று நான் அங்கிருந்த பெஞ்சு ஒன்றில் அமர்ந்தேன், கண் அப்படியே சொக்கிக்கொண்டு வந்தது. ஆனால் தூங்க நேரமில்லை. அந்த அற்புதமான குன்றை ஏக்கத்தோடு பலமுறை பார்த்திருந்துவிட்டு நான் தர்மச் சத்திரத்தை முற்றுகையிடப் போனேன்.

நிலம் அளக்க வந்தவர்கள் ஏற்கெனவே தர்மச் சத்திரத்தைப் பிடித்துப் போட்டிருந்தார்கள். சிம்லாவிலிருக்கும் இன்ஸ்டிட்யூட் ஆஃப் அட்வான்ஸ்டு ஸ்டடீஸும் தில்லியின் இந்திய அகழ்வாய்வுக் கழகமும் இணைந்து 'ராமாயணத் திட்ட' த்திற்காக அகழ்வாய்வுப் பணியை மேற்கொண்டிருந்தார்கள். அவர்கள் நங்கு என்பவனை எனக்கு வழிகாட்டியாகத் தந்தார்கள். லால்சிங் மேஜ்வானி என்ற உற்சாகமான இளம்நிலை சர்வேயரும் என்னோடு இணைந்துகொண்டார். அவர் தில்லியைச் சேர்ந்தவர்; கொதிக்கும் கெட்டிலைப் போல அவர் ஆங்கிலம் பேசினார்; அவர் பேச்சில் வினைச்சொல்லே கிடையாது.

கங்கையை ஒட்டினாற்போல அதன் நீருக்குள் இறங்கும் சரிவுகளைக் கடந்து, குழிகளையும் புதர்களையும் தாண்டி நாங்கள் குன்றில் ஏறினோம். அதை மேலிருந்து கீழாகப் பலவித கன வடிவங்களில் தோண்டியிருந்தார்கள். அங்கே வரிசையாக நான்கு குளங்கள் இருந்தன. குஷானர்களின் ஆட்சிக் காலத்தில் கட்டப்பட்ட அவற்றின் நேர்த்தி நம்மை வியப்பில் ஆழ்த்தும். இந்த நான்கு குளங்களின் முன்னடியில் கங்கையின் திசையில் ஒரு நீர்த்தேக்கத் தொட்டி. கங்கையிலிருந்து நீர் முதலில் இந்தத் தொட்டிக்கு வரும்; அது நிரம்பியதும் நீரைக் குளங்களுக்குக் கொண்டுசெல்வார்கள். இந்தியாவில் அகழ்வாய்வு செய்து கண்டுபிடிக்கப்பட்ட புராதன நீர்த்தேக்கங்களில் சிருங்கிபேரபுராவில் இருப்பதுதான் மிகப் பெரியது. இது 2000 ஆண்டு பழமை வாய்ந்தது. ஆங்கிலத்தில் எழுதப்பட்ட நில அளவையாளரின் குறிப்பைத் தருகிறேன்:

"இந்தியாவில் அகழ்வாய்வு செய்து கண்டுபிடிக்கப்பட்ட குளங்களில் இவை ஆகப் பெரியதும் தனித்தன்மை வாய்ந்தது மாகும். சுடுகற்கள் பயன்படுத்தியவர்களின் குடியிருப்பே காலத்தால் மிகவும் முற்பட்டது; செந்நிறப் பாண்டங்கள் பயன்பாட்டுக் காலத்தைச் சேர்ந்தவை. இவற்றின் காலம் கி.மு. இரண்டாம் நூற்றாண்டின் கடைசிக் காற்பகுதியாகும். மௌரியருக்கு முந்தைய காலகட்டத்தையும், சுங்க, குஷான, குப்த, ரஜபுதன, மத்திய காலகட்டங்களையும் சேர்ந்தவை."

இந்த அகழாய்வு வெளியே கொணர்ந்தது குளங்களை மட்டுமல்ல; சிற்பங்கள், மண் ஜாடிகள், பலவிதமான பாத்திரங்கள் எனப் பலவகையான வேறு பல பொருட்களையும்தான். இவையெல்லாம் தில்லிக்கு அனுப்பப்பட்டன. இவற்றில் சில மூவாயிரத்துக்கும் நான்காயிரத்துக்கும் இடைப்பட்ட காலத்தவை. இன்னும் சில பொருட்கள் "தில்லி சலோ' என்ற அழைப்பிற்காகக் காத்துக்கொண்டிருக்கின்றன. இவற்றில் பிரம்மாண்டமான ஜாடி ஒன்றும் சிங்கமுகம் செதுக்கிய கல் ஒன்றும் அடங்கும். நான் அவற்றின் மேற்புறத்தைக் கைகளால் தடவி அவற்றின் நூற்றாண்டுகால தண்மையை உணர முயன்றேன்.

கிழக்கே இருந்த மற்றொரு குன்றைக் காண்பித்து நங்கு என்னிடம், "அதுதான் நிஷாத அரசனின் கோட்டை" என்றான். உண்மையிலேயே அங்கே மாபெரும் இடிபாடுகள் தெரிந்தன; அநாதரவாக, சோகத்துடன், புல்பூண்டுகள் முளைத்து. நிச்சயமாக அது நிஷாத அரசன் குகனின் கோட்டையல்ல; ஆனால் வேறு யாரோ ஒருவரின் பிரம்மாண்டமான அரண்மனையாக இருந்திருக்கும் என்பதில் சந்தேகமில்லை. பின்னர் நான் ராமசௌரா படித்துறைக்குப் போகும் வழியில் அந்தக் குன்றைக் கொஞ்சம் அருகிலிருந்து பார்த்து உண்மையிலேயே அசந்துபோனேன். குன்றின் மேலிருந்து அடிவாரம் வரையிலும் மண் திட்டுக்களில் செங்கல்கள் நீட்டிக்கொண்டிருந்தன. சந்தேகமில்லாமல், முழுக் குன்றுமே ஒரு கோட்டையாக இருந்திருக்கும். அகழாய்வு வேறு என்னவெல்லாம் வெளிக் கொணரப்போகிறதோ யாருக்குத் தெரியும்?

நமது நாட்டின் பிற விஷயங்களைப் போலவே, தொல்லியல் அகழ்வாய்வும் நமது மந்தத்தனத்துக்குப் பலி ஆனதுதான். இந்தக் குன்று எப்போது அகழ்வாய்வு செய்யப்படப்போகிறது, இதுவரையிலும் ஏன் அது செய்யப்படவில்லை போன்ற கேள்விகளுக்குப் பதில் யாருக்கும் தெரியாது. ஒரு முறை நான் சுந்தரவனத்தின் கோசபாவிலிருந்து படகில் விஜயநகர் சென்றுகொண்டிருந்தபோது, இடது கரையில் ஒரு மைல் தூரத்திற்குச் செங்கற்கட்டைப் பார்த்தேன்; தண்ணீர் அதை

அரித்திருந்தது. செங்கற்கட்டைப் பற்றிப் படகோட்டிகளுக்கு எதுவும் தெரியவில்லை; ஆனால் அங்கே ஒரு நகரம் இருந்ததென்று தாங்கள் கேள்விப்பட்டிருப்பதாகச் சொன்னார்கள். இதுவரையிலும் யாரும் ஆராய்ச்சியில் இறங்கவில்லை; இனியும் செய்வார்களா என்றும் தெரியாது. ஆனால் எனக்கு எங்கே புராதனச் சின்னங்களைக் கண்டாலும் பிக்காசையும் மண்கோரியையும் எடுக்க வேண்டும் என்ற துடிப்பு தோன்றிக்கொண்டே இருக்கும்.

இந்திரா காந்தி சிருங்கிபேரபுரா வந்திருந்தார் என்பதுதான் சமீபத்திய செய்தி. நங்கு அவரது ஹெலிகாப்டர் இறங்கிய இடத்தைக்கூட எனக்குக் காட்டினான். சிருங்கிபேரபுராவின் புதிய வரலாற்றுக் கண்டுபிடிப்புகளை அவர் நேரடியாகப் பார்த்தாராம். அதற்குப் பிறகுதான் இந்த அகழாய்வு வேலை சூடுபிடித்திருக்கும் போலிருக்கிறது. ஆனால் கோடை வந்து விட்டதால் நில அளவையாளர்கள் பெட்டியைக் கட்டத் தொடங்கியிருந்தார்கள்.

தனது வனவாசத்தின் முதல் மூன்று நாட்களும் ரதத்திலேயே செல்வதாக ராமன் தன் தந்தைக்கு வாக்களித்திருந்தான். மூன்றாவது நாள் இரவில் அவன் சிருங்கிபேரபுரா போய்ச் சேர்ந்திருந்தான். அங்கிருந்து சுமத்திரனை ரதத்தோடு திருப்பியனுப்பிவிட்டான். தேரின் சாரதி தேம்பியழுதுக்கொண்டே விடைபெற்றுச் சென்றான்; அதே சிருங்கிபேரபுராவில் இப்போது மற்றொரு அற்புதமான நட்புக் கூடல் நிகழ்ந்தது. ராமனுக்கும் நிஷாத அரசன் குகனுக்குமான சந்திப்பு.

வரலாற்று நிபுணர்கள் இந்தச் சந்திப்புக்கு அரசியல்ரீதியான விளக்கங்களை அளிக்கிறார்கள்: பிற்காலத்தில் ராமராஜ்யத்தை அமைத்தவன் பாரதத்தின் ஆரியரல்லாத மக்களின் உள்ளத்தைக் கொள்ளைக் கொண்டது மாயமந்திரத்தால் அல்ல, அவர்களுக்குத் தன் நட்புக் கரத்தை நீட்டியதால்தான்.

ஆனால் சந்தேகவாதிகளுக்கும் குறைவில்லை; அவர்கள் ராமன் ஒரு ஆரியனல்ல என்று அடித்துச் சொல்கிறார்கள். அவன் கருமை நிறத்தவன்; மேலும் தனது தங்கையான சீதையைத் திருமணமும் செய்துகொள்கிறான். இது ஆரியரல்லாத சமூகத்தின் வழக்கம்.

# 6

ராமன் கங்கையைக் கடந்த ராம்சௌரா படகுத்துறை கிழக்கே இரண்டு கிலோமீட்டர் தொலைவில் இருந்தது. அதற்குச் சாலையென்று எதுவும் கிடையாது, நதியின் தடத்திலேயே போக வேண்டும். கிராமங்களினூடாக ஒரு பாதை இருக்கிறது; ஆனால் நான்கைந்து கிலோ மீட்டர் சுற்ற வேண்டும். எனவே, நான் நதிக்கரை வழியே குறுக்குப் பாதையில் செல்லத் தீர்மானித்தேன். நங்குவின் துணையோடு. நிலம் அளப்பவர்களோடு பழகிப் பழகி அவன் கொஞ்சம் தொல்லியல் அறிவைப் பெற்றிருந்தான். ஆனாலும், நிஷாத அரசனின் மாளிகை என்று தான் கூறியது உண்மையில் வேறு கட்டடமாக இருக்க முடியும் என்பதை அவனால் ஏற்றுக்கொள்ள முடியவில்லை. இது அவன் ஊர், அது எவ்வளவு முக்கியமான ஊர் என்பதைப் பிறந்ததிலிருந்தே அறிந்தவன் அவன். நில அளவையாளர்கள் நாளை ஊருக்குத் திரும்புகிறார்கள்; கோடை வெயில் தாங்க முடியாது என்பதால் ஒவ்வொரு வருடமும் இந்த நேரத்தில் வேலைகள் நிறுத்தப்படும். அப்போது நங்கு என்ன செய்வான்? அவனுக்கு வேலை இருக்காது. அவன் தன் வயல்களில் வேலைக்குப் போய்விடுவான். அவர்களுக்கு மூன்று பிகா நிலம்தான் இருக்கிறது. குடும்பத்தில் அவனைத்தவிர அவனது சகோதரர்களும் அப்பாவும் உண்டு. எல்லோருக்கும் இது போதுமா? போதுமானதாகத்தான் இருந்திருக்க வேண்டும், இல்லாவிட்டால் அவன் உயிரோடிருப்பானா? ஆனால் எப்படி? இது ஒரு அகதா கிறிஸ்டி கதை மர்மம், தீர்க்க முடியாத புதிர். நல்லகாலம், அவன் கல்யாணம் செய்துகொள்ளவில்லை. ஒருவிதத்தில் நங்கு கொடுத்துவைத்தவன்; உத்தரப் பிரதேசத்தில் இதைவிடக் கொடிய நிலைமையில் மக்கள் இருக்கிறார்கள். அவர்கள் சாகவில்லை; அவ்வளவுதான்.

ஆளரவமற்றிருந்த ராம்சௌரா துறையில் மேல்துண்டை நீரில் அமிழ்த்தி மீன் பிடித்துக்கொண்டிருந்த சில சிறுவர்கள் தங்கள் வேலையை நிறுத்தி என்னைக் கவனித்தார்கள். இங்கே படித்துறை என்று எதுவும் கட்டப்படவில்லை. நீரில் இறங்குவதற்கென ஒரு சறுக்கு, அவ்வளவுதான். கங்கை முணுமுணுத்தபடி எங்களைத் தாண்டிச் சலசலத்துச் சென்று கொண்டிருந்தது. நதியின் நடுவே சுறாவின் முதுகைப் போல ஒரு பெரிய மணல்திட்டு உயர்ந்திருந்தது. எதிர்க்கரையில் காட்டுமரங்களும் மணலும் இருந்தன. கண்ணுக்கெட்டிய தூரம் வரையிலும் வீடுகளோ வேறு குடியிருப்புகளோ தென்பட வில்லை. சூரியன் எல்லாவற்றின்மீதும் ஒளிர்ந்து புரட்டிப் போட்டிருந்தான்.

"இங்கேதான் பகவான் ராமரும் சீதாதேவியும் லட்சுமணரும் நதியைக் கடந்தார்கள்" என்று அறிவித்தான் நங்கு. படித்துறை யின் அருகில் உடைந்த கட்டிலொன்று கிடந்தது, நான் அதில் அமர்ந்துகொண்டேன். வேறு வழியில்லை. இந்த இரண்டு கிலோமீட்டரும் ஒரே ஏற்றமும் இறக்கமுமான பயணம். பள்ளங்களும் மேடுகளுமாக பிரிந்து பிரிந்து செடிகொடிகள் அடர்ந்த பிரதேசம். என் சட்டையும் கால்சட்டையும் வேர்வையில் ஊறிப்போயிருந்தன; கண்ணாடியோ போட்டுக் கொள்ள முடியாத அளவுக்குச் சூடேறிப் போயிருந்தது. அப்பளத்தை வெளியே வைத்தால் பொரிந்துவிடும் போலிருந்தது; அவ்வளவு சூடு.

ராமன் இங்கே என்ன பார்த்தான்? "இது ஸ்வர்க்கம், பூமி, பாதாளமென்ற மூன்று லோகங்களிலும் ஓடும் நதி; அதன் நீர் சுத்தமாயும் பாசி இல்லாமலும் இருக்கும்; சகல பாவங்களையும் போக்கக்கூடியது; ரிஷிகள் அதில் சந்தியாவந்தனம் செய்வார்கள்; அந்நீரை அருந்தவும் செய்வார்கள். அருகே ஒரு மிகப்பெரிய ஆசிரமம், அத்துடன் அழகிய தோட்டங்களும் தேவர்கள் விளையாடும் மலையும் இருந்தன. நதி பாறைகளில் மோதும்போது உண்டாகும் ஒலி அது சிரிப்பதுபோல இருக்கும்; நதியின் ஓரிடத்தில் மேற்புறமாக நுரை ததும்பும்; மற்றோர் இடத்தில் ஜடைப் பின்னலைப் போல அது பிரிந்து ஓடும்; இன்னோரிடத்தில் அது சுழித்துக்கொண்டு ஓடும். சில இடங்களில் நின்று நிதானித்துச் செல்லும், சில இடங்களில் அதற்கு அசுர வேகம். நீரோட்டத்தின் ஓசை ஓரிடத்தில் இனிமையாகவும் மற்றோர் இடத்தில் கடுமையாகவும் ஒலிக்கும். அங்குமிங்கும் பரந்த மணல் திட்டுக்கள். சில இடங்களில் அன்னங்கள், சக்கரவாகங்கள், குருகுகள், நீர்க்காக்கைகள் சத்தமிட்டபடி இருக்கும். நதியின் எதிர்கரையில் மரங்களின் வரிசை அரண்

அமைத்திருக்கும். நதியின் சில இடங்களில் தாமரையும் அல்லியும் மலர்ந்திருக்கும்; ஓடும் நீர் அவற்றின் வாசனையைச் சுமந்து செல்லும். பெரிய மீன்களும் முதலைகளும் பாம்புகளும் அங்கே இருக்கும். கரைகள் கொடிகளாலும் தொற்றுச்செடிகளாலும் அடர்ந்திருக்கும்; அவற்றின் நடுவே யானைகள் விதவிதமாக பிளிறிக் கொண்டிருக்கும்."

வால்மீகி ராமாயணத்தில் வரும் இந்த விவரணைகளுக்கும் இந்த இடத்திற்கும் எந்தப் பொருத்தமும் இல்லை என்பது தெளிவாகத் தெரிந்தது; ஆனாலும் "தேவர்கள் விளையாடும் மலை" என்ற வார்த்தை என் மூளைக்குள் தங்கிவிட்டது. சிருங்கிபேரபுராவின் இந்தப் பகுதியில் சின்னச் சின்ன மலைகளுக்கும் குன்றுகளுக்கும் குறைவில்லை, ஆனால் வனம் இங்கிருந்து வெளியேறியிருந்தது. கங்கையும் இங்கே மிக மெதுவாகவே ஓடியது. பரந்து விரிந்த மணல்பரப்புகள் அல்லது மணல்திட்டுகள் நதியின் நடுவில் காணக் கிடைத்தன; ஆனால், எதிர்க் கரையில் மரங்களுமில்லை, தாமரையுமில்லை, அல்லியுமில்லை, அடர்ந்த செடிகொடிகளும் இல்லை.

ஒரு நதியை எப்படி அழிப்பது என்பது இந்த முட்டாள் ஜனங்களைத் தவிர வேறு யாருக்குத்தான் தெரியும்? வாராணசியில் நான் தசாஸ்வமேத படித்துறையின் அருகே ஒரு முழுப் பசுவின் உடல் நீரில் மிதந்துகொண்டிருப்பதைக் கண்டேன். அந்தப் பெருநகரத்தின் மொத்தக் கழிவும் குப்பையும் சேறும் இரண்டு கான்கீரிட் ஓடைகள் வழியாக கங்கைக்குள் பாய்கின்றன. இந்தப் பகுதியில் நதி ரொம்பவும் அசுத்தமாகிவிட்டதால் மக்கள் முக்குளி போடுவதற்காக வியாசகாசிவரை போகிறார்கள். டன் கணக்கில் தொழிற்சாலைக் கழிவுகளும் வேதிப்பொருட்களும் நச்சும் நதியில் சர்வசாதாரணமாகச் சேருகின்றன. கங்கை நமக்கு வேண்டாம், ஒரு பெரிய கழிவுச் சாக்கடை போதும் என்பது போல இருக்கிறது. நான் பிரம்மபுத்திராவின் கரையில் பிறந்தவன், அதனால்தான் எனக்கு நதிகளைப் பார்த்ததும் கட்டுப்படுத்த முடியாத பிரியம் வந்துவிடுகிறது. பழைய நதி என் மனதில் இன்னமும் ஓடிக்கொண்டிருக்கிறது; நான் அந்த நதிக்கு மிகவும் கடப்பாடுடையவன். எனவே சிருங்கிபேரபுராவில் கங்கையைப் பார்த்ததும் என் மனம் கொதித்துப்போனது. அதன் ஓட்டம் சுருங்கிவிட்டது, அதில் மணல் மேடிட்டிருக்கிறது; எதிர்பாராமல் வெள்ளம் வந்தால் அதை எதிர்கொள்ளும் சக்தி இப்போது நதிப் படுகைக்கு இல்லை; வெள்ளம் கரையைத் தாண்டி வந்து கிராமத்தையே மூழ்கடித்துவிடும். பின்னொரு சமயத்தில் நாசிக்கில் கோதாவரியைப் பார்த்தபோதும் எனக்குக் கண்ணீர் வந்துவிட்டது. இங்கே சிருங்கிபேரபுராவில் கங்கையானது

எண்ணற்ற நகரங்கள், கிராமங்களின் விஷக் கழிவுகளைச் சுமந்துகொண்டிருக்கிறது. என்றாலும் நான், எனது ஷூவைக் கழற்றிவிட்டு, முகத்திலும் தலையிலும் கொஞ்சம் நீர் தெளித்துக் கொண்டேன்; அதில் இப்போது எந்தப் புனிதமும் இல்லை என்பது எனக்குத் தெரிந்ததுதான்; ஆனாலும் இந்தத் தாங்க முடியாத வெயிலில் மேலே தண்ணீர் பட வேண்டிய தேவையை நான் பயங்கரமாக உணர்ந்தேன். ஆனால்,அதில் குளிப்பதோ அல்லது அதைக் குடிப்பதோ பாதுகாப்பில்லை.

ராமன் சீதையோடு அங்கே இரவு தங்கிய மரம் என்று நங்கு ஒரு நாட்டு வாதுமை மரத்தை எனக்குக் காட்டினான். "அதோ பாருங்கள், அந்தச் செடிகொடிகளுக்கு நடுவிலுள்ள பெரிய மரம்." இது மூவாயிரம் நாலாயிரம் வருடமாக இருக்கிறது என்பதை நீ நம்புகிறாயா என்று நான் நங்குவிடம் கேட்டேன். நங்குவுக்குப் பூரண நம்பிக்கை, அதே மரம்தான் இது என்று.

அங்கே ஒரு சாது வசித்துவந்தார்; அவர் ஆறு மாதம் படகிலும் ஆறு மாதம் நிலத்திலும் இருப்பார். படகில் தங்கும் காலத்தில் அவர் தண்ணீரைக் குடித்தே உயிர்வாழ்ந்திருக்க வேண்டும். அவருக்கு வயது நூறுக்குமேல் இருக்குமென்பது நங்குவின் நம்பிக்கை. அந்தச் சாதுவைச் சந்திப்பதில் எனக்குப் பெரிய விருப்பம் ஒன்றுமில்லை; எப்போது அலகாபாத் போய்ச் சேர்ந்து சாப்பிடுவோம் என்றிருந்தது எனக்கு. ஆனாலும் நங்குவின் வற்புறுத்தலுக்கு இணங்கினேன். நல்லவேளை, சாது நிலத்தில் இருந்தார்; நதியின் நடுவில் மணல்மேட்டில் கருப்பு நிற மேற்கூரையுடன் அவரின் அந்த மாயப் படகு நிறுத்தப்பட்டிருந்தைக் கண்டேன்.

செங்குத்தான ஒரு சரிவு அந்தச் சாதுவின் கோயிலுக்கு இட்டுச் சென்றது. ஒல்லியாகவும் அதே நேரம் திடகாத்திர மாகவும், சடாமுடியுடனிருந்த அந்த சாது ஒரு பெரிய பஞ்சமுக ஆஞ்சனேயருக்குக் குடம்குடமாக அபிஷேகம் செய்து கொண்டிருந்தார். என்னைப் பார்த்ததும் அவர் நங்குவிடம் முணுமுணுத்தார், "அவருக்குப் பன்னிரெண்டு முகத்து ஆஞ்சனேயரைக் காட்டு."

உள்ளே ஒரு பிரம்மாண்டமான பன்னிரெண்டு முக ஆஞ்சநேயர் விக்கிரகம், எண்ணெய், செந்தூரப் பூச்சில் பளபளத்துக்கொண்டிருந்தது. இந்த மக்களுக்குத்தான் தங்கள் இஷ்ட தெய்வ விக்கிரகங்களின்மீது எவ்வளவு அலாதியான பிடிப்பும் அக்கறையும்!

ராம்சௌரா படித்துறையை ஒட்டியிருந்த பல கோயில் களைப் பார்ப்பதற்கு என்னை வற்புறுத்தி அழைத்துப் போனான்

நங்கு. எல்லாவற்றிலும் ராமர், சீதை, லட்சுமணன், அனுமன் சிலைகள் இருந்தன. சிறிய குன்று ஒன்றிலிருந்த கோவிலில் ராமன், சீதை, லட்சுமணன் இவர்களின் பாதுகைகள் வைக்கப் பட்டிருந்தன. அவை பளிங்கு கற்களால் செய்யப்பட்டிருந்தன. அந்தக் கோவிலின் இளம்வயது பூசாரி எங்களிடம் அவை உண்மையானவை, திரேதா யுகத்திலிருந்தே இருந்துவருபவை என்றார்.

இலைகளற்ற மரங்கள், குறுகிய பாதைகள், இடிந்த குடிசைகள் இவற்றின் வழியாக என்னைக் கூட்டிச்சென்று நங்கு ஒரு பரந்த வெட்டாந்தரை பிரதேசத்தில் கொண்டு விட்டான். "கொஞ்சம் முன்னால் போனால் கிராமத்திலிருந்து வெளியே போகும் தடம் வரும். மைசூராபாத் இங்கிருந்து மூன்று கிலோ மீட்டர் தூரம்தான். அங்கிருந்து உங்களுக்கு அலகாபாத்துக்கு பஸ் கிடைக்கும்."

தாகமும் பசியும் சோர்வுமாக நான் போகாத ஊருக்கு வழிதேடி நடந்தேன். அது சாலையே அல்ல, கிராமத்து மக்கள் போய்வரும் ஒற்றைத் தடம். ஆபத்துதான்; ஏனென்றால் எனக்குத் தெரியாத வழி; இன்னும் ஒரு பெரிய ஆபத்துமிருந்தது; இதுபோன்ற சுட்டெரிக்கும் மதியவேளைகளில் கானல் தோற்றங்கள் உருப்பெறக்கூடும்.

ஆனால் உத்தரப் பிரதேச கிராமத்தவர்கள் இன்னமும் கிராமத்தவர்களாகவே இருந்தார்கள் – அன்பும் இணக்க சுபாவமும் விருந்தோம்பும் குணமும் அவர்களிடம் இருந்தன. ஒருவரிடம் வழி கேட்டால் ஒன்பது பேர் உதவிக்கு வந்தார்கள். வயல்களுக்கும் செடிகொடிகளுக்கும் அப்பால் வறுமை பீடித்த கிராமம் ஒன்றிருந்தது. சரியான பாதையில்தான் போகிறேனா என்பதை அங்கே உறுதிசெய்துகொள்ள முடியும். போகும் வழியெங்குமிருந்த மரங்களும் அவற்றின் சலசலப்பும் பறவை களின் அழைப்பும் என்னெதிரில் திரைவிலகிய நானறிந்திராத காட்சிகளும் என் இதயத்தை அளவற்ற மகிழ்ச்சியில் திளைக்க வைத்தன. கடினமான பயணம்தான், ஆனால் அந்த வேதனையைக் குறைப்பதில் இயற்கை கஞ்சத்தனம் காட்டவில்லை. ஆனால் ராமன் வனவாசம் போன பாதையில் நான் கண்ட கொடும் வறுமையின் சின்னங்களையும் அவமானத்துக்கு ஆளான முகங்களையும் நான் எப்படி மறப்பேன்? இயற்கையின் ஆகப் பெரிய உபாசகன்கூட இவற்றை மனதிலிருந்து அகற்ற முடியாது.

குகனோடு ராமன் ஏற்கனவே நட்புப் பூண்டிருந்தான்; இந்த வனவாசம் அந்த நட்பினை இன்னும் ஆழப்படுத்தியது. அவ்வளவுதான். இதன் பிறகு ராமன் தென்னிந்தியாவின்

அறியப்படாத பிரதேசங்களை நோக்கிச் செல்லலானான் – நிஷாதரும் கிராதகரும் ஆதிவாசிகளும் ஆரியரல்லாதவர்களும் வாழும் பரந்த விரிந்த பாரதவர்ஷத்தை நோக்கி. ராமனை வழிமறித்த கங்கையைக் கடப்பதற்கு ஆரியனல்லாத குகன் உதவினான். வலுவான படகொன்றில் அந்த நதியைக் கடந்த ராமன் பரத்வாஜ முனிவரின் ஆசிரமத்தை வந்தடைந்தான்; அங்கிருந்து பிரயாகைக்குப் பயணப்பட்டான்.

மைசூராபாத்தில் ஒரு மோசமான கடையில் வயிற்றைக் குமட்டும் தேநீரை அருந்திவிட்டு நான் பிரயாகைக்குப் பயணப்பட்டேன். ஃபாஃபாமவூவில் பஸ் மாறிகொண்டு, கங்கையின் மேலாகச் செல்லும் ஒற்றைவழி கர்சன் பாலத்தைக் கடந்தோம். அந்தத் தனியார் பஸ் போகும் வழியெல்லாம் நினைத்த இடத்தில் நிறுத்தி நிறுத்திச் சென்றது; வண்டியைப் போட்டுவிட்டு டிரைவர் வெற்றிலை போடப் போவார்; கண்டக்டரோ எங்கேயாவது சுற்றியபடி தனக்குத் தெரிந்த ஏதாவது கடைக்காரனோடு கதை விட்டுக்கொண்டிருப்பார். பொறுக்க முடியாமல் நான் சகபயணி ஒருவரிடம், "எதற்காக இவர்கள் இப்படிச் செய்கிறார்கள்?" என்று கேட்டேன். "அது அப்படித்தான் பாபு" என்றார் அவர் அரைக் கிறக்கத்தில்.

அது அப்படித்தான் இருக்கும், நமக்குத் தெரிந்த ஒரே பதில், ஒரே சமாதானம். ராமன் வனவாசம் போன பாதையில் போகப் போக நான் ராமனின் மாபெரும் தோல்வியையும் ராட்சதர்களின் வெற்றியையும்தான் கண்டேன். இவர்கள் தம்பட்டம் அடித்துக்கொள்ளும் ஆரிய நாகரிகம் அச்சத்தில் ஓடிப் போய்விட்டிருந்தது.

கங்கையைக் கடந்ததும் அந்த மூன்று யாத்திரிகர்களும் வரிசையை மாற்றிக்கொண்டார்கள். சீதையின் பாதுகாப்புக்காக. லட்சுமணன் முன்னால் நடக்க, சீதை நடுவிலும் ராமன் பின்னாலும் நடந்தார்கள். போகும் வழியில் காடுகள் அடர்ந்திருந்த மத்ஸ்ய தேசத்தில் முதல் முறையாகத் தனியாக இரவைக் கழித்தார்கள். மறுநாள் கங்கையும் யமுனையும் சேருமிடமான பிரயாகையை வந்தடைந்தார்கள்.

அங்கே சரஸ்வதி என்ற மற்றொரு நதியும் இருப்பதாக ஒரு ஐதீகக் கதை உண்டு. அது இப்போது இல்லை. கங்கையின் நடுவில் ஒரு பெரிய தீவு உருவாகியிருந்தது, கங்காத்வீப். கும்பமேளாவின்போது நான் சன்னியாசிகளோடு ஒரு முழு நாளையும் அங்கே கழித்திருக்கிறேன். சொர்க்கத்துக்குச் செல்வதற்கு முன்னால் அமிர்த கும்பம் இங்கே இறங்கியதாக ஐதீகம்.

ராமன் அடுத்த நாளிரவை பரத்வாஜ முனிவரின் ஆசிரமத்தில் கழித்தான்; ஆனால் முழு வனவாச காலத்தையும் அங்கேயே கழிக்க மறுத்துவிட்டான். அதற்கு அவன் சொன்ன காரணம்: "இந்த வனத்தின் சற்றுத் தொலைவில் மனித நடமாட்டம் இருக்கிறது. நானும் ஜானகியும் இருப்பதைக் கண்டால் மக்கள் எங்களைப் பார்க்க வந்தவண்ணம் இருப்பார்கள். ஆகையால் எனக்கு இந்த இடத்தில் இருக்க விருப்பமில்லை."

இதன் பொருள் இந்த சங்கமத்துக்கு அருகில் ஒரு நகரம் இருந்திருக்கிறது; நிச்சயம் ஒரு கிராமமாவது இருந்திருக்கும். மக்கள் அங்கே வசித்துமிருக்கலாம், இன்று வசிப்பதைப் போல.

நதிகளின் சங்கமத்துக்கு அடுத்தாற்போல அக்பரின் பிரம்மாண்டமான ஒரு கோட்டை இருக்கிறது. வடக்கில் இருக்கும் பரந்த மைதானத்தில்தான் கும்பமேளா நடக்கும். மேற்குப் பகுதியை அலகாபாத் தனது அசுர வாயால் கபளீகரம் செய்துவிட்டது.

சீர்ஷேந்து முகோபாத்யாய்

# 7

சில ஆராய்ச்சி இதழ்களில் சிருங்கி பேரபுராவைச் சிருங்கையூர் என்று குறிப்பிடு கிறார்கள். இதுபோன்ற இரு இதழ்களில் எழுதியவர்கள், சிருங்கிபேரபுரா என்பது இன்று சிருங்கையூர் என்று அழைக்கப்படும் இடம்தான் என்று உறுதியோடு சொல்கிறார்கள். அப்படி ஒரு ஊர் வேறெங்கேயாவது இருக்கலாம், ஆனால் சிருங்கிபேரபுரா அதே பெயரிலேதான் செழிப்பாக இருக்கிறது.

பிராயாகையும் செழிப்பாகத்தான் இருக்கிறது. கங்கையும் யமுனையும் சேரும் இடத்தில் சரஸ்வதி இப்போது இல்லை என்பது உண்மைதான்; அது முற்றிலுமாக மறைந்துபோய்விட்டது. அந்த நதியின் படுகைகூட எனக்குக் காணக் கிடைக்கவில்லை. வால்மீகி ராமாயணத்திலும் சரஸ்வதி நதி பற்றி எந்தக் குறிப்புமில்லை. பிரயாகை கங்கையும் யமுனையும் சேரும் இடம் என்றுதான் அதில் சொல்லப்படுகிறது. ஆனால் கும்பமேளாவின் போது பத்திரிகையாளர்களுக்கு அளிக்கப்பட்ட துண்டுப் பிரசுரங்களில் சரஸ்வதி பற்றித் தெளிவாகச் சொல்லியிருந்தது. அது ஒரு ஐதீகம்தான், ஆனால் ஒரு ஐதீகம் உயிர்தரிப்பதற்கும் ஏதோ ஒரு காரணம் இருக்கவேண்டும். அலகாபாத், பிரயாகை ஊர் மக்களுக்கு ஒன்றல்ல, இரண்டு உலகப் புகழ்பெற்ற நதிகள் இருந்தாலும், மூன்றாவதாக ஒரு நதியைக் கற்பனை செய்யவேண்டிய அவசியம் ஏன் வந்தது என்பதை அறிஞர்கள் ஆராய்ந்துபார்க்க வேண்டும். ஆனாலும் அந்த நதி மறைந்துபோய்விட்டது என்பது நம்மை வருத்தாமல் இல்லை.

இந்தியாவுக்கு வெளியே, ஜோர்டான் நதியும் வேறு ஒன்றிரண்டு நதிகளும்தான் புனிதமாகக்

கருதப்படுகின்றன. நமது நாட்டிலோ எல்லா நதிகளுமே புனிதமானவையாக, ஒவ்வொன்றுமே பரிசுத்தமானவையாகக் கருதப்படுகின்றன. வேதங்களிலும் புராணங்களிலும் நாடகங்களிலும் காப்பியக் கவிதைகளிலும் இவைப் பற்றிய புகழாரங்களுக்கும் விவரணைகளுக்கும் பஞ்சமே இல்லை. இன்று அந்த நதிகள் இருக்கும் விதத்துக்கும் அந்த விவரணை களுக்கும் பொருத்தமே கிடையாது. அவற்றின் புனிதத்துக்கும் பரிசுத்தத்துக்கும்கூட இன்று பெரும் அபாயம் வந்துவிட்டதோ என்று எனக்கு தோன்றுகிறது. பிரயாகையின் தெற்கே இருக்கும் யமுனை செழிப்பாக இருக்கிறது; ஆனால் அதன் கிழக்கே ஓடும் கங்கைதான் மெலிந்துவிட்டது. எங்கும் மணல்மேடு; அவற்றில் ஒன்றான கங்காத்வீப் நிரந்தரமாகவே மணல்தீவாகிவிட்டது. அதைச் சுற்றிக்கொண்டு செல்வதற்காகக் கங்கை இரண்டாகப் பிரிந்து சென்று யமுனையோடு இணைகிறது.

சித்திரக்கூடம் செல்லும் பாதையைச் சுட்டிக் காட்டி பரத்வாஜ முனிவர் சொல்கிறார்: "ராமா! சங்கமத்துக்குச் சென்று யமுனையை ஒட்டி மேற்குப் பக்கமாகத் தொடர்ந்து செல். சிறிது தொலைவில் பரிசல்கள் நிறுத்தப்பட்டிருக்கும் ஓரிடத்தைக் காண்பாய். அங்கே நீரில் இறங்கி ஒரு பரிசலை எடுத்துக் கொண்டு நதியைக் கடப்பாயாக. போகும் வழியில் சியாம என்ற மிக உயர்ந்த ஆலமரத்தை நீ கடக்க நேரிடும். அதன் இலைகள் பசுமையாக இருக்கும்; அதைச் சுற்றியும் பலவிதமான செடிகள் இருக்கும்; முனிவர்கள் பலர் அதன் கீழே வசிக்கிறார்கள். சீதை இந்த மரத்தைக் கைகூப்பி வணங்கட்டும். இதன் தண்நிழலில் வேண்டுமென்றால் ஓய்வெடுங்கள்; இல்லையேல் மேலே செல்லுங்கள். அங்கிருந்து இரண்டு குரோசம் தொலைவில் யமுனைக் கரையில் பலாசம், இலந்தை போன்ற மரங்கள் அடர்ந்து இருண்ட காடு தென்படும். நான் சித்திரக்கூடத்துக்குப் பலமுறை போயிருக்கிறேன், அதுதான் அங்கே செல்லும் வழி. மெல்லிய மணல்படிந்து அது ரம்யமாக இருக்கும்; காட்டுத்தீயும் எங்குமிராது."

சித்திரக்கூடத்துக்குப் போகும் வழி இப்போது அதே போன்று இல்லை; ஆனால் வால்மீகி அந்த இடத்தின் புவியமைப்பை நன்கு அறிந்திருக்கிறார். அந்த வழி முழுக்க நான் போயிருப்பதால் இதைச் சொல்கிறேன். ராமபாத சௌத்ரி[1] ஒருமுறை வேடிக்கையாகச் சொன்னார்: "எப்படி அவனுக்குத் தெரியாமலிருக்கும்? அவன்தான் சம்பல் கொள்ளைக்காரன் ஆயிற்றே! கொள்ளைக்காரர்களுக்கு எல்லா இடங்களும் நன்றாகத் தெரிந்திருக்கும்."

---

1. ராமபாத சௌத்ரி (1922–2018): சாகித்திய அகாதெமி பரிசு பெற்ற வங்க நாவலாசிரியர், சிறுகதையாசிரியர்

கொள்ளைக்காரனான ரத்னாகருக்கு இந்தியாவின் வடக்கு, நடு, மேற்குப் பகுதிகள் நன்கு தெரிந்திருந்தது என்பதில் சந்தேகமே இல்லை. சிக்கல் என்னவென்றால், துறை அறிஞர்கள் ராமாயணத்தை வரலாறாக எடுத்துக்கொள்வதே இல்லை; அதைக் கற்பனைப் படைப்பு என்று இனம்காண்பதிலேயே குறியாக இருக்கிறார்கள். பூனாவைச் சேர்ந்த பேராசிரியர் சங்காலியா தனது *Ramayana: Myth or Reality* என்ற புத்தகத்தில் இதை உறுதி யாகச் சொல்கிறார்; உடனே, பிற நிபுணர்கள் கிஷ்கிந்தையும் இலங்கையும் மத்திய இந்தியாவைச் சேர்ந்த இடங்கள் என்று நிலைநாட்ட முனைகிறார்கள். ராமாயணம் கற்பனைக் கதை களால் ஆனது என்றால், இலங்கை ஏன் ஸ்ரீலங்காவாக இருக்கக் கூடாது, கிஷ்கிந்தை ஏன் கர்நாடகத்தில் இருக்கக் கூடாது? புரிந்துகொள்ள முடியவில்லை.

நான் பிரயாகையிலேயே கிட்டத்தட்ட ஏழு நாட்கள் இருந்தேன். நான் தாய்மொழியில் பேசிப் பத்து நாட்கள் ஆகிவிட்டன. பார்ப்பதற்கு வங்காளிபோலத் தோன்றிய ஒருவரை ஆயுர்வேத மருந்துக் கடையொன்றில் பார்த்தவன், லவணபாஸ்கர் வாங்கும் சாக்கில் அவரிடம் பேச்சு கொடுத்து அவர் உண்மையிலேயே வங்காளிதான் என்பதைக் கண்டுபிடித்துவிட்டேன். அவர் சிட்டகாங்கைச் சேர்ந்தவர்; பிரிவினைக்குப் பிறகு இங்கே வசித்துவருகிறார். அலகாபாத்தில் அறுபதினாயிரம் வங்காளிகள் இருக்கிறார்கள் என்று கேள்விப்பட்டிருந்தாலும், 'வங்க சாகித்ய பரிஷத்' என்ற பெயர் பலகையை அங்கே கடைத்தெருவில் நானே ஒருமுறை பார்த்திருந்தாலும் அவர்களோடு தொடர்பு வைத்துக்கொள்ள நான் முயலவில்லை. பத்து நாட்களுக்குப் பிறகு வங்கமொழி பேசுவதென்றால் எப்படியிருக்கும்? ஆனால் அப்படி வித்தியாச மான உணர்வு ஒன்றும் தோன்றிவிடவில்லை. என்றாலும் ஒருநாள் காலையில் செய்தியொன்றைப் படித்துவிட்டு நான் துக்கமடைந்தேன் – நிர்மலேந்து சௌத்ரி[2] மறைந்துவிட்டார். ஆறு மாதத்திற்கு முன்புதான் மிட்னாபூர் மாவட்டத்திலுள்ள கித்னியில் நான் அவரோடு ஒரு பிற்பகல் முழுதும் பேசிக்கொண் டிருந்தேன். பேச்சுவாக்கில் நான் சும்மா அவரிடம் " உங்களுக்கு என்ன வயது, தாதா?' என்று கேட்டேன்.

"எவ்வளவு இருக்கும் என்று நீங்கள் நினைக்கிறீர்கள்?"

"நாற்பது வயதுக்காரரைப் போலத் தோன்றுகிறீர்கள்."

கடகடவென்று சிரித்தபடிச் சொன்னார். "அறுபது."

நான் நம்பவில்லை.

---

2 நிர்மலேந்து சௌத்ரி (1922–1981): வங்க இசையமைப்பாளர், பாடலாசிரியர், பாடகர்.

கல்கத்தாவில் இருந்திருந்தால் ஒருவேளை இவ்வளவு துக்கப்பட்டிருக்க மாட்டேன் போலிருக்கிறது; ஆனால் சொந்த ஊரிலிருந்து வெளியே, குறிப்பாக தனித்து ஊர்சுற்றும் ஒரு பயணியின் அமானுஷ்யத் தனிமையில், துக்க உணர்ச்சி தீவிரமாக இருந்தது. அதனால்தானோ என்னவோ, அடுத்த நாளே நான் சித்திரக்கூடத்துக்கு பஸ் ஏறிவிட்டேன்.

வெக்கை இவ்வளவு கடுமையாக இருக்கும் என்று எனக்குத் தோன்றவே இல்லை. பஸ்ஸின் உலோகக் கூண்டைத் தொட்டதும்தான் அது எனக்கு உறைத்தது.

டிரைவர் நான்கு மணிநேரத்தில் போய்விடலாம் என்றார். ஆனால் ஐந்து மணிநேரம் பிடித்தது. அலகாபாத்தை விட்டதுமே நிலப்பரப்பு தரிசாக, வெயில் வாட்டிய களர் மண் நிலமாக மாறிவிட்டது. சுற்றிலும் உயரம்குறைந்த மொட்டைக் குன்றுகளின் வரிசை. சின்னச் சின்ன கிராமங்களும் சிறுநகரங்களும் தோன்றித் தோன்றி மறைந்தன. எங்கும் வெயில் சுட்டெரித்தது. என் உதடுகள் சரிசெய்யவே முடியாத அளவுக்கு வெடித்துப்போயிருந்தன. லோககாரம் ஊரைக் கடந்ததும், பிரதேசம் இன்னும் பாலைவனமாகக் காட்சியளித்தது.

இதுபோன்ற ஒரு கோடையில்தான் இந்தப் பாதையில் அவன் நடந்துபோயிருக்கிறான். பரத்வாஜ முனிவர் — என் கோத்திரத்தின் மூலகர்த்தா — சொன்ன வழிக்குறிப்பில் ஒரு இருண்ட காடும் இருந்தது. அதாவது அடர்ந்த காடு. அங்கே காட்டுத்தீ எங்கும் இராது என்று சொன்னார். அவர். ஆனால் இப்போது காடு என்று ஒன்றிருந்தால்தானே தீப் பிடிப்பதற்கு? அதற்குப் பதிலாகக் கோபக்காரச் சூரியன் காட்டுத்தீக்குச் சிறிதும் குறையாமல் ஆவேசமாகச் சுட்டெரித்துக்கொண்டிருக்கிறான்.

வால்மீகியின் ஆசிரமம் லால்பூர் செல்லும் வழியில் ஒரு சிறுகுன்றின் அடிவாரத்தில் இருக்கிறது.

ஆனால் நான் தவறு செய்துவிட்டேனோ?

ராமன், சுழித்தோடும் யமுனை நீரோட்டத்தை லட்சுமணன் கட்டிய பரிசலில் தாண்டி மறுகரையடைந்து சித்திரக்கூடம் நோக்கி நடந்தது வசந்த காலத்தில். அப்படியானால் அவன் அயோத்தியிலிருந்து இறங்கியது கோடைகாலத்தில் இல்லையா? அல்லது அங்கிருந்து இவ்வளவு தூரம் வருவதற்குப் பல மாதங்கள் ஆயிற்றா? செல்ல வேண்டிய வழியைப் பற்றி ராமன் சீதைக்குச் சொன்ன வர்ணனையை ஹேமசந்திரரின் மொழியில் தருகிறேன்: "அன்பே! அதோ பார், செங்காந்தள் மரங்களில் ஆரங்களைப்

சீர்ஷேந்து முகோபாத்யாய்

போல மலர்கள் மலர்ந்திருப்பதை; காட்டுத்தீயைப் போல அவை அந்தப் பிரதேசத்தைச் சூழ்ந்திருக்கின்றன. அங்கே பல வகை மரங்களின் கிளைகள் பூக்களாலும் கனிகளாலும் நிறைந்து பறித்து அனுபவிப்பார் யாருமில்லாமல் தாழ்ந்து தொங்குகின்றன; குயில்கள் பாடுகின்றன; மயில்கள் அகவுகின்றன. மரங்களிலிருந்து சொரிந்த மலர்களால் பூமியே மூடிக் கிடக்கிறது. சித்திரக்கூட மலை நம்மருகே தெரிகிறது, அதன் சிகரம் மிக உயரம். யானைக் கூட்டங்கள் அங்கே சுற்றித் திரிகின்றன; எங்கும் பட்சிகளின் ஆரவாரம்; காற்றில் அவை எதிரொலிக்கின்றன. லட்சுமணா! சித்திரக்கூடத்தின் அடிவாரத்தில் இந்த வனத்தில் நாம் மகிழ்ச்சியோடு வாழலாம்."

அலகாபாத்துக்கும் சித்திரக்கூடத்துக்குமுள்ள தூரம் கிட்டத்தட்ட நூற்றைம்பது கிலோ மீட்டர். இந்த இரண்டு இடங்களுக்கும் இடைப்பட்ட வழியில் ராமாயணம் வர்ணிப்பது போன்ற காட்சிகள் எங்குமே தென்படவில்லை. ஆனால் மேகதூதத்தில் சொல்லப்படும் சித்திரக்கூடம் இதுதான்; ராமாயணத்தில் சொல்லப்படுவதும் இதுதான். அதன் சிகரம் மிக உயரம் என்று சொல்கிறான் ராமன். இப்படி ஒரு மிகையான மதிப்பீட்டை உத்தரப் பிரதேசத்துக்காரனே இந்தப் பிரதேசத்துக்கு அளிப்பது அடுக்காது. இமாலயத்துக்கு அதிகத் தொலைவில் இல்லாத இடத்தில் பிறந்து வளர்ந்த ஒருவன், சித்திரக்கூடத்தின் சிகரத்தை மிகவும் உயரம் என்று சொல்வது விசித்திரம்தான். அல்லது இது சீதையைக் கவனம் திருப்பி, வனத்தில் வாழ்வதற்கு அவளைத் தயார்செய்வதற்காகச் சொல்லப்பட்ட தாராளப் புகழ்மொழியா?

பதினான்கு ஆண்டுக் கால வனவாசத்தில் ராமனும் சீதையும் லட்சுமணனும் சித்திரக்கூடத்தில் ஏறத்தாழப் பன்னிரெண்டு ஆண்டுகள் வசித்தார்கள். அப்படியில்லை, அவர்கள் தெற்கு நோக்கிப் பயணப்படுவதற்கு முன்னால் முழுப் பதினான்கு ஆண்டுகளுமே இங்கேதான் வாழ்ந்தார்கள் என்று சொல்பவர்களும் உண்டு.

ஜெய்பூரியா யாத்திரிகர் விடுதியில் அறைகள் காலியில்லை. அரசாங்கப் பயணியர் விடுதியின் மானேஜர் தாங்கள் மறுநாளி லிருந்து வேலை நிறுத்தத்தில் ஈடுபடப் போவதாகச்சொல்லி, இரவு மட்டும் தங்கிக்கொள்ள இடமளித்தார்.

# 8

அந்த இரண்டுகெட்டான் வேளையிலும் விடுதியிலிருந்த வேலைக்காரர்கள் எனக்கு காய்கறிகள் போட்டுச் சூடாக நெய்ச்சோறு தயார் செய்து தந்தார்கள். நான் அனுபவித்துச் சாப்பிட்டுக் கொண்டிருக்கும்போது அந்த விடுதியின் மானேஜர் வந்து புன்னகையோடு என்னெதிரில் அமர்ந்து கொண்டார். அவருக்கு அதிக வயதொன்றும் இருக்காது; உண்மையில் முப்பதுக்கும் குறைவுதான்; இது அவரே சொன்னது. ஆனால் அவரது வழுக்கைத் தலையும் முகக்களையும் அவருக்கு நாற்பதுக்கு மேல் வயதிருக்கும் என்று என்னை நினைக்கச் செய்தன.

"இளைஞரோ வயதானவரோ, பணக்காரரோ ஏழையோ, மெத்தப்படித்தவரோ படிக்காதவரோ, இந்தப் பகுதியில் யாரைப் பார்த்தாலும் சந்தர்ப்பம் கிடைக்கும்போதெல்லாம் துளசிதாஸரைச் சொல்கிறார்கள். என்ன காரணம்?"

இதைக் கேட்டதும் அவர் முகத்தில் சிறிது நேரம் புன்னகை நிலவியது. பின்னர் கண்களை மூடிக்கொண்டார். அந்தக் கவியின் இரண்டு வரிப் பாடல் ஒன்று கட்டுப்படுத்திக்கொள்ள முடியாத ஏப்பத்தைப் போல அவர் தொண்டையிலிருந்து கிளம்பியது. முடித்ததும் புன்னகைத்தபடி அவர் என்னிடம் ஆங்கிலத்தில், "துளசி எங்கள் ரத்தத்தில் இருக்கிறார்" என்றார்.

"இது எப்படி நடந்தது?"

சிறிது நேரம் யோசித்துவிட்டு அவர் சொன்னார்: "துளசியிடம் எல்லோரும் அறிந்துகொள்வதற் கென்று ஏதோ இருக்கிறது. அவர் பாடலைக் கேட்டால் படிப்பறிவில்லாதவர்கூட அர்த்தம் புரிந்து கொள்வார். இந்தி பேசும் பகுதியில் அவருக்கு

ஏன் இவ்வளவு செல்வாக்கு என்பது உங்களுக்கு இப்போது புரிந்திருக்கும்."

"அவரது பாட்டில் இருக்கும் இந்த எளிமை மட்டும்தான் பிராபல்யத்துக்குக் காரணமா, வேறெதுவும் இல்லையா?"

எனக்கு இந்தி கிட்டத்தட்டப் புரிந்துகொள்ளப் போதுமான அளவுக்கு வசப்பட்டிருந்தது. அது எளிமையான மொழியும்கூட. இங்கே ஒன்றைச் சொல்லிக்கொள்ள விரும்புகிறேன். இந்தி இந்தியாவின் தேசிய மொழியாக இருக்க வேண்டுமா வேண்டாமா என்ற சிக்கலான விவாதத்துக்குள் நான் இறங்கவில்லை. ஆனால், வட இந்தியாவிலும் தென்னிந்தியாவின் பல பகுதிகளிலும் மக்களோடு உரையாடுவதற்கு அது ஓர் எளிய சாதனமாக இருக்கிறது என்பதை என்னால் சொல்ல முடியும்.

சிலருக்கு இந்தி மொழியோடு பிரச்சினை இருக்கலாம்; இருக்கவும் செய்கிறது. ஆனால் இதைப் போல விரைவாகக் கற்றுக் கொள்ளக்கூடியதும் கூலிக்காரர் முதல் பெரிய ஆளுமைகள் வரை புரிந்துகொள்ளக்கூடியதுமான வேறு இந்திய மொழி இருக்கிறதா என்று எனக்குத் தெரியவில்லை. தமிழ்நாட்டு மக்கள் இந்தியை வெறுக்கிறார்கள் என்றும் அங்கே எல்லோருக்கும் ஆங்கிலம் புரியும் என்றும் என்னிடம் சொன்னார்கள். ஆனால் இது உண்மையல்ல என்பது அங்கே போனபோதுதான் தெரிந்தது. கன்னியாகுமரியிலும் சரி ராமேஸ்வரத்திலும் சரி – கர்நாடகத்திலும்தான் – பேச முடியாமல்போகும் மௌனப் புயல் அபாயத்திலிருந்து என்னைக் காப்பாற்றியது இந்திதான். ஆங்கிலமல்ல.

இந்திக்கு ஆதரவாகப் பேசுகிறேன் என்று என்னை விமர்சிக்கக் கூடும்; நான் அனுபவித்துத் தெரிந்துகொண்ட உண்மையை மறைப்பது அவ்வளவு உசிதமல்ல என்பது என் எண்ணம். என்னை விடுங்கள், சுவாமி விவேகானந்தரே இந்திக்குத் தேசிய மொழி அந்தஸ்தை அளித்திருக்கிறார். 'தேசிய மொழி' என்ற வார்த்தையில் அபாயகரமான அர்த்தங்கள் தொனிப்பதால் நான் அப்படிச் சொல்லாமல், இந்தி எளிதாக பலருக்கும் புரிவதால் இந்தியாவின் பெரும்பகுதியிலும் பேச்சுத் தொடர்புக்கு ஏற்ற மொழியாக இருக்கிறது என்று மட்டும் சொல்லிக்கொள்கிறேன். அந்த மொழி மட்டும் தெரிந்திராவிட்டால் அயோத்தி முதல் சித்திரக்கூடம் வரையிலான எனது குறும்பயணத்தில் என்னால் எதையும் புரிந்துகொண்டிருக்க முடியாது.

நான் கேட்ட கேள்வி மானேஜரை மீண்டும் யோசிக்க வைத்தது. பின்னர் அவர், "இல்லை, துளசிதாசரின் பாடலின் எளிமை மட்டுமல்ல, அதைத் தாண்டியும் இருக்கிறது" என்றார்.

"அதுதான் என்ன? பக்தியா?"

ஒரு மலர்ந்த புன்னகை அவர் முகத்தில். அதன்பின் ஆங்கிலத்தில் அவர், "இருக்கலாம். நிச்சயமாக அதில் ஏதோ ஒன்று இருக்கிறது." என்றார்.

கோஸ்வாமி துளசிதாசருக்கும் மட்டும் இந்த அபார மகிமை ஏன் என்று நான் பலரைக் கேள்விகேட்டு துளைத் தெடுத்திருக்கிறேன்; சரியான பதிலை யாரும் எனக்குத் தரவில்லை. கீர்த்திவாச ஓஜாவால்[1] அடைய முடியாத, ஏன் வால்மீகியால்கூடச் சாதிக்க முடியாத மாபெரும் வெற்றியைத் துளசிதாசர் சர்வசாதாரணமாக அடைந்துவிட்டார். ஒரு பிரம்மாண்டமான கூட்டத்தாரின் ஆத்மாவிலும் வாழ்விலும் – அவர்கள் வாழ்வின் ஒவ்வொரு துளையிலும் – ராமனின் மகத்துவத்தை அவர் விதைத்துவிட்டார். கோஸ்வாமி துளசிதாசரின் கவித்துவத்தைப் பற்றி இங்கு பேசுவது தேவையற்றது; ஆனால், அளவற்ற பக்தியிலிருந்தும் ராமனால் வசீகரிக்கப்பட்ட ஓர் இதயத்திலிருந்தும் பெருகிய அவரது மானசம்தான் இந்தி பேசும் மக்களுக்கு வேதமும் கீதையும் பைபிளும் குரானும்.

முன்னால் குனிந்து புன்னகையோடும் கண்களில் மின்னும் குறும்போடும் அவர் என்னை பார்த்துச் சொன்னார், "ராமாயணத்துக்கு இரண்டு பக்கங்கள் உண்டு, ஒன்று அரசியல்ரீதியானது, மற்றொன்று பக்தியோடு தொடர்புடையது. பரதன் ராமபாதுகையைச் சித்திரக்கூடத்திலிருந்து எடுத்து வந்தது ஒரு அரசியல்தானே இல்லையா? ராமனுக்கு பரதனைக் காட்டிலும் சிறந்த பக்தனில்லை, ஆனால் அரசியல்ரீதியாகப் பார்த்தால் இதைக் காட்டிலும் கொடுமை எதுவுமிருக்க முடியாது."

"நீங்கள் என்ன சொல்லவருகிறீர்கள்?" நான் வியப்போடு கேட்டேன்.

அவரது கண்களில் மேலும் குறும்பு மிளிர்ந்தது. "கோடையில் சித்திரக்கூட மலையின் சுக்காந்தரையில் செருப்பில்லாமல் ஒரு ஐந்து நிமிடம் நீங்கள் நடந்துதான் பாருங்களேன்! நான் சொல்ல வந்தது உங்களுக்குப் புரியும். கொதிக்கும் பாறைகளிலும் கூரிய கற்களிலும் முள்ளிலும் குண்டு குழியிலும் நீங்கள் நடந்தால் வேறு வினையே வேண்டாம்."

---

1. கீர்த்திவாச ஓஜா (1381–1461): வங்க மொழியில் ராமாயணத்தை இயற்றியவர்.

அவர் சொன்னது பொய்யல்ல. இப்போது சாலைகள் இடப்பட்டிருக்கின்றன. ஆனால் ராமன் காலத்தில் அப்படி இருந்திருக்காது. சுட்டெரிக்கும் வெயிலில் அந்தப் பாறைப் பிரதேசத்தில் நடப்பதைக் கற்பனை செய்தால்கூடப் பயங்கரமாக இருக்கும்.

அவர் தொடர்ந்தார், "பரதன் பாதுகையைத் தவிர வேறெதையும் கேட்கவில்லை. புத்திசாலி. ராமனிடமிருந்து பாதுகையை வாங்கிச் சென்றுவிட்டால் ராமன் இந்த இடத்தில் பெரும் கஷ்டத்துக்கு உள்ளாவான். ராமனின் உயிர்கூட போய்விடலாம். ஹா ஹா ஹா. இந்தப் பார்வையைப் பற்றி நீங்கள் என்ன நினைக்கிறீர்கள்?"

"என்ன சொல்ல? அது உண்மையாகக்கூட இருக்கலாம்! அரசியல் என்றால் அப்படித்தானே இருக்கும், சரிதானே?"

அறிஞர்கள் சொல்பவை என் நினைவுக்கு வந்தன; வால்மீகி ஒரு சகோதரச் சண்டையை, குடும்பக் குழப்பத்தை வெளியே தெரியாமல் தனது கவிதைத் திறனால் மூடிமறைத்து, நிகழ்வுகளுக்குக் கீர்த்தியையும் கற்பித்துவிட்டான். ஆனால் அவனால் எல்லாவற்றையும் மூடிமறைக்க முடியவில்லை; தசரதன் குடும்பத்திலிருக்கும் பலவித சண்டை சச்சரவுகள் எப்படியோ இடைவெளி வழியே நிச்சயமாகச் சிறிது கசியத்தான் செய்திருக்கிறது. பிராமண– காயஸ்த பிணக்கு வேறு நெருப்புக்கு மேலும் தூபமிட்டிருக்கிறது.

ராமாயணத்தை விட்டுவிட்டு மானேஜர் சமகால விஷயங்களுக்கு வந்தார். "நீங்கள்தான் பத்திரிகைக்காரர் ஆயிற்றே, எங்களைப் பற்றி எழுதிவீர்களா?"

"என்னவென்று எழுத?"

"உ.பி.யின் பயணியர் விடுதியில் ஆயிரக்கணக்கான ஊழியர்கள் தற்காலிகப் பணியாளர்களாகவே இருந்து வருகிறார்கள்; யாரையும் நிரந்தரமாக்கவில்லை. அவர்களுக்கு லீவும் கிடையாது. பிராவிடண்ட் ஃபண்டும் கிடையாது. உண்மையில் நானுமே தற்காலிகப் பணியாளன்தான்."

"நிஜமாகவா? ஆனால் பயணிகளின் சொர்க்கமல்லவா உ.பி. எனக்குத் தெரிந்தவரை அரசாங்கம் சுற்றுலாப் பயணிகளால் கொழித்துக்கொண்டிருக்கிறது."

"சரியாகச் சொன்னீர்கள். ஆனாலும் எங்களை நிரந்தரமாக்கவில்லை. அதனால்தான் நாங்கள் நாளை முதல் ஸ்டிரைக்கில் இறங்கப்போகிறோம். நீங்கள் எங்கள் விருந்தினர்.

உங்களோடு பேசிக்கொண்டிருக்க எனக்கு பிடிக்கிறது. ஆனாலும் நாளை முதல் உங்களுக்கு நாங்கள் எதுவும் செய்வதற்கில்லை. மனசுக்குக் கஷ்டமாகத்தான் இருக்கிறது. கல்கத்தா போனதும் இதைப் பற்றி நீங்கள் எழுத வேண்டும். இது என் வேண்டுகோள்."

"நல்லது, எழுதுகிறேன்."

"எழுதுங்கள். என் இரண்டு சகோதரர்களும் அமெரிக்காவில் இருக்கிறார்கள். எங்களுக்கு லக்னௌ பக்கத்தில் நிறைய நிலம் இருக்கிறது; காசுக்குப் பஞ்சமில்லை. திருமணமாகிப் பத்து வருடம் ஆகிறது, குழந்தைகுட்டி இல்லை. அடிப்படை வசதிகளுக்கு ஒன்றும் குறைவில்லை. வேலை பார்ப்பதற்கல்ல நான் இங்கே சேர்ந்தது. போராடுவதற்காகத்தான் சேர்ந்தேன், போராடவும் செய்வேன். தற்காலிகப் பணியாளர்கள் நிரந்தரமானதும் வேலையை விட்டுப் போய்விடுவேன்."

நாங்கள் பேசிக்கொண்டிருக்கும்போதே அந்த விடுதியின் சர்வர்களும் சமையல்காரர்களும் எங்களைச் சூழ்ந்தார்கள். அவர்களின் முகங்களில் நிராசை தெரிந்தது; ஆனால் நான் ஒரு பத்திரிகையாளன் என்பது தெரிந்ததும் அவர்களுக்கும் எதிர்பார்ப்பு வந்துவிட்டது. "சாப், எங்களை பற்றி நீங்கள் எழுத வேண்டும், கட்டாயம் எழுத வேண்டும்."

உத்தரப் பிரதேசத்தில் நான் எங்கே போனாலும் அரசாங்க விடுதிகளில்தான் தங்குவேன். இந்த விருந்தினர் மாளிகைகளில் என்னை அங்குள்ள பணியாளர்கள் அற்புதமாகக் கவனித்துக்கொண்டார்கள் என்று சொல்வதில் எனக்கு எந்தத் தயக்கமுமில்லை. அவர்களின் பணிவு, மரியாதை, சில நேரங்களில் வெளிப்பட்ட அரிதான எளிமை என்னைச் சீக்கிரமே அவர்களோடு நட்புக்கொள்ள வைத்துவிடும்.

ரிக்ஷாக்காரர்களைப் பொறுத்தவரையில், உலகம் முழுதும் ஒரே மாதிரித்தான் இருக்கிறார்கள் என்று எனக்குத் தோன்றுகிறது. அது உ.பி.யோ கர்நாடகமோ, தமிழ்நாடோ எதுவாக இருந்தாலும். எப்படி இது சாத்தியம் என்று நான் யோசித்ததுண்டு; ஆனால் காரணத்தைத்தான் என்னால் கண்டுபிடிக்க முடியவில்லை.

சித்திரக்கூடத்தில் நான் பார்ப்பதற்குத் தொந்தரவில்லாத வராகத் தோன்றிய ரிக்ஷாக்காரர் ஒருவரைப் பிடித்தேன். பணத்தை முன்னாலேயே கொடுக்கப் போனேன். அவர் கும்பிடு போட்டுக்கொண்டு என்னிடம், "காசு ஒரு விஷயமே இல்லை. சாப் என்ன தந்தாலும் நான் சந்தோஷமா வாங்கிக்குவேன்"

என்றார். ஆனால், கடைசியில் அவர் என்னைப் பெரும்பாடு படுத்தினார்.

அகில உலக ரிக்ஷாக்காரக் கூட்டணிச் சங்கத்தாரிடம் நான் லால் சலாம் மட்டுமல்ல, நீலம் மற்றும் பலவண்ண சலாம் அடித்துக்கொண்டு கேட்கிறேன், "ஏன் நீங்கள் இவ்வளவு இரக்கமற்றவர்களாக இருக்கிறீர்கள்?"

சித்திரக்கூடம் உத்தரப் பிரதேச, மத்தியப் பிரதேச எல்லையில் இருக்கிறது. மந்தாகினி நதியை இரண்டு மாநிலங்களுக்கும் இடைப்பட்ட எல்லை என்று வைத்துக்கொண்டால், சித்திரக்கூட நகரம் உத்தரப் பிரதேசத்திலும், சித்திரக்கூட மலை மத்தியப் பிரதேசத்திலும் இருக்கின்றன. நகரத்திலிருந்து தெற்காக ஒரு மைல்போல நடந்தால் சித்திரக்கூட மலை வந்துவிடும். பக்தியின் சிறிது வாசனை தென்பட்டாலும் போதும் புற்றீசல்போல கோயில்கள் முளைத்துவிடுகின்றன; இவற்றை வைத்து ஆயிரக்கணக்கான ஏமாற்றுப் பேர்வழிகளும் கொழிக்கிறார்கள். குறிப்பாக வட இந்தியாவில். தென்னிந்தியாவில் இல்லை என்றல்ல, ஆனால் ஒப்பிட்டுப் பார்க்கும்போது குறைவு. ஆனால் தென்னியாவில் இல்லாத ஒன்று, இந்த பாண்டாக்களின் கொடுமை. மலைகளிலும் குன்றுகளிலும் பாறைகளிலும் இரவோடு இரவாக முளைக்கும் ஆயிரக்கணக்கான கோயில்களைப் போலவே சித்திரக்கூடத்திலும் இது இருந்தது.

கிழக்கே அனுமன் ஊற்று இருக்கும் உயர்ந்த மலை தெரிந்தது. ஆனால் மேற்கே இருந்த சித்திரக்கூட மலையின் தோற்றத்தைப் பார்த்ததும், இந்த இடத்திலுள்ள காட்டில்தான் தன் வனவாசத்தின் முக்கால் பங்கை ராமன் கழித்தான் என்பதை என்னால் நம்ப முடியவில்லை. அத்தனை உயரமென்றோ பெரியதென்றோ சொல்ல முடியாத இந்த மலையை அவன் எப்படி வளர்ந்தோங்கிய மலை என்று சொன்னான் என்பதற்கான பொருந்தமான காரணத்தையும் என்னால் கண்டுபிடிக்க முடியவில்லை. குழப்பம் என்று சொல்வது இதைத்தான் போலிருக்கிறது.

என்றாலும், அந்த இடத்திற்கிருந்த ஈர்ப்பு சக்தியை மறுக்க முடியாது. ராமநவமிக்கு வந்த கூட்டம் குறைந்து விட்டது; யாத்திரிகர்கள் வேறுவேறு இடங்களுக்குத் திரும்பிக்கொண்டிருந்தார்கள். சுற்றுலாப் பயணிகளைவிடப் புனித யாத்திரிகர் கூட்டம்தான் இங்கே அதிகம். புதிய கோயில் ஒன்றின் கும்பாபிஷேகத்துக்காக முன்னேற்பாடுகள் நடந்து கொண்டிருந்தன; பெருங்கூட்டம் அங்கே கூடியிருந்தது. மற்றொரு கூட்டம் குரங்குகள் – அயோத்தி முதல் சித்திரக்கூடம்வரை

இவர்கள்தான் பெரும்பான்மையாக இருந்தார்கள். செல்லம் கொடுத்துக் கொடுத்து இந்தப் போக்கிரிகளின் சேட்டை களுக்குக் கணக்கில்லாமல் போய்விட்டது. பராக்குப் பார்த்துக் கொண்டிருக்கும் சுற்றுலாப் பயணியிடமிருந்து காமிராவைப் பிடுங்கிக் கொண்டுபோய் மரத்தில் தாவி ஏறி உச்சாணிக் கொம்பில் போய் அமர்ந்துகொள்ளும். ரிக்ஷாக்காரன் என்னை முதலிலேயே எச்சரித்ததால் நான் தப்பித்தேன். என்றாலும் அவற்றுக்கு நிச்சயமாக என்மீது ஒரு கள்ளநோட்டம் இருக்கத்தான் செய்தது. இந்தக் கபடக் குரங்குகளுக்கு புதிதாக வந்திருப்பவர்களை எப்படி ஏமாற்றுவது என்று தெரியும். ஆனால் இவர்களின் சேட்டைகளை இரண்டு காரணங்களுக்காகப் பொறுத்துக்கொண்டார்கள். முதலாவதாக, அவை மனிதர்கள் இல்லை; இரண்டாவது, அவற்றின் நடத்தைகளில் வேடிக்கை இருந்தது – கண்ணைச் சிமிட்டிசிமிட்டிக் குறும்புப் பார்வை பார்ப்பது, வயிற்றைச் சொறிவது, கழுத்தைக் கட்டிக்கொண் டிருக்கும் குட்டிகளுடன் மரத்தில் அனாயசமாக ஏறுவது. அல்லது கடலையை உடைத்து வாயில் போட்டுக்கொள்வது. இதுபோக, இருக்கவே இருக்கிறது மரக்கிளையில் அவற்றின் அந்தர ஊஞ்சலாட்டம். தொந்தரவு என்றால் அது இந்தப் பிச்சைக்காரர்கள்தான். முதலாவது, அவர்கள் மனிதர்கள்; இரண்டாவது, அவர்கள் நடத்தையில் பார்த்து மகிழ எதுவுமில்லை.

சாதுக்களின் வாழ்க்கைக்கு இந்தியாவில் ஒரு தத்துவார்த்த மான மதிப்பு உண்டு. பிட்ஷை பெறுவது வேறு, பிச்சை எடுப்பது வேறு. பிராமணர்களுக்குப் பூணூல் சடங்கின்போது 'பவதி பிக்ஷாம் தேகி, பவன் பிக்ஷான் தேகி' என்று சொல்லுவார்கள். அதாவது, பிட்ஷை இடு உன்னைச் சுற்றிலும் ஒளி துலங்கும். புத்த பிக்குகளும் பிச்சைக்காரர்கள் அல்லர். தாங்கள் பெறும் தானத்தோடு, தருகின்ற மக்களின் வேதனைகளையும் துயரங்களையும் சேர்த்து அவர்கள் கொண்டு செல்கிறார்கள். பிச்சைக்காரன் வேடம்பூண்டு பிச்சை எடுத்துவிட்டு, அதன் பிறகு தனக்குப் பிச்சையிட்டவருக்கெல்லாம் தங்கம் கொடுத்த மன்னன் ஒருவனைப் பற்றி தாகூர் எழுதியிருக்கிறார். இந்தச் சிந்தனை இப்போது நகரங்களிலும் கிராமங்களிலும் புனித ஸ்தலங்களிலும் காலில் மிதிபட்டுக் கிடக்கிறது. சித்திரக்கூடத்துக்கு யாத்திரிகள் செல்லும் வழிநெடுகப் பிச்சைக்காரர்கள் நிறைந்திருப்பது மனிதர்கள் எத்தகைய இழிநிலைக்கு வந்துவிட்டார்கள் என்பதற்கு அறிகுறி.

அவ்வப்போது எனக்கு நான் இந்தியாவின் பிரதமராவது போலக் கற்பனைக் குதிரை வானில் பறக்கும். என் கற்பனை யில் உள்ள இந்தியாவில் ஈவோருக்குக் குறைவிருக்காது,

வாங்கிக்கொள்ளத்தான் ஆளிருக்காது. அங்கே ஒவ்வொருவரும், "என்னிடமிருக்கும் அதிக சொத்தையும் பணத்தையும் எடுத்துக் கொள்ளுங்கள், எனக்குத் தேவைப்படாத எல்லாவற்றையும் எடுத்துக்கொள்ளுங்கள்" என்பார்கள். ஆனால் கொள்வார்தான் யாருமிருக்க மாட்டார்கள். வயல்கள் எல்லாம் பொன்விளையும் பூமிகளாக இருக்கும்; நதிகளிலும் நீர்நிலைகளிலும் வெள்ளப் பெருக்கு இருக்காது; தண்ணீர்த் தட்டுப்பாடு என்பது பழைய பேச்சாக இருக்கும். விவசாயி பசுமைப் புரட்சியால் கவரப்பட்டு வேதி உரங்களும் பூச்சிக்கொல்லிகளும் இட்டு நிலத்தைச் சாகடிக்க மாட்டான். இயற்கை வளங்களுக்கும் மனித குலத்துக்குமிடையே அரியதோர் சமனிலையும் பரஸ்பர கொடுத்து வாங்கலும் சாத்தியப்பட்டிருக்கும். தகுதிக்குத் தகுந்ததாக வேலை பகிர்ந்தளிக்கப்படும், சாதிக்குத் தகுந்தாற் போலல்ல. எனவே, யாரும் திறமையிருந்தால் மேலே வரலாம். பெருந்தொழிற்சாலைகள் குறுந்தொழில்களோடு போட்டியிடாது. மாறாக, அது ஓர் அண்ணனைப்போல நேசத்தோடு ஒத்துழைப்பு வழங்கும். அறிவியலும் உதவிக்கரம் நீட்டும். இளம்வயது மரணங்கள் இருக்காது, தேவையற்ற குழந்தைப் பேறும் இருக்காது; குறுகிய ஆசைகள் இருக்காது, காரணமற்ற கோபங்கள் அல்லது மோசமான நடத்தைகள் இருக்காது. மனித சமூகம் பொருளியல் அடிப்படையிலும் மட்டுமல்லாது அதன் குணாம்சத்தின் அடிப்படையில் கட்டியெழுப்பப்பட்டிருக்கும். இது இந்திய அரசியல் இந்தியர்களுக்கு அளித்திராத ஒரு குணாம்சம்.

பங்கிம்சந்திரர்தான் சொல்லி இருக்கிறார் என்று நினைக்கிறேன்: ஒரு ஊர்சுற்றிக்காவது மாமனார் உண்டு; ஆனால், பதினேழு குதிரைக்காரர்கள் கைப்பற்றிய நாட்டில் அரசியல் உணர்வு இல்லை. நமது அரசியல் எல்லாம், 'அய்யா அம்மா நீ தீர்க்காயுசா இருங்க, எனக்கு கொஞ்சம் சோறோ பணமோ போடுங்க' இதுதான். பங்கிம் சொன்னது வங்காளத்தைப் பற்றியதாக இருக்கலாம். ஆனால் இந்தியா முழுவதற்கும்கூட இது பொருந்தக்கூடியதுதான். இந்தியாவில் அரசியல் என்ற வஞ்சனையும் சூழ்ச்சியுமாகக் கலங்கிய அழுக்குக் குட்டையிலிருந்து நாம் என்றுதான் வெளியேறப் போகிறோம்? இந்தப் பிச்சைக்காரர்கள், 'அய்யா அம்மா நீ தீர்க்காயுசா இருங்க, எனக்கு கொஞ்சம் சோறோ பணமோ போடுங்க' என்ற அரசியல் வித்தையில் வல்லவர்களாகி விட்டார்கள். கல்கத்தாவில் பெண்கள் குழந்தைகளை மாரில் சுமந்தபடி பிச்சையெடுக்கிறார்கள் என்றால் இங்கே சித்திரகூடத்தில் ராமன் பெயரைச் சொல்லி எடுக்கிறார்கள்.

மக்களின் ஏமாளித்தனத்தை முதலாக வைத்து பிச்சைக்காரர்கள் தாராளமாகச் சுற்றித் திரிகிறார்கள். 'இந்தியா பிச்சைக்காரர் களின் நாடு' என்று சும்மா சொல்லவில்லை.

உயரம் குறைந்த அந்தக் குன்றைச் சுற்றிலும் அகன்ற, நன்கு அமைக்கப்பட்ட பாதை செல்கிறது. தெய்வங்களுக்கு ஏதாவது பிரசாதம் படையுங்கள், படையுங்கள் என்று என் ரிக்ஷாக்காரர் என்னை உபத்திரவம் செய்துகொண்டே வந்தார். நான் பாண்டா வைத்துக்கொள்ளாததால் அவரே அந்த வேலையையும் செய்து கொண்டிருந்தார். எனவே, அவரை மறுத்துப் பேச எனக்குத் துணிச்சல் வரவில்லை. ஒரு பிளாஸ்டிக் பையில் சீனியுருண்டை வாங்கியதோடு, பேராசைபிடித்த குரங்குகளிடமிருந்து அதைப் பாதுகாக்கும் பொறுப்பும் எனக்கு வந்துவிட்டது. தெய்வத்தின் முன்னால் அதை வைத்துவிட்டு எடுத்து வாயில் போட்டேன்; குமட்டிக்கொண்டு வந்தது. கடவுளுக்குத்தானே வைக்கிறார்கள் என்பதாலா இது இவ்வளவு நாற்றம் நாறுகிறது? காளிகட்டம் ஆனாலும், காமாக்கியா ஆனாலும், அயோத்தி ஆனாலும், சித்திரக்கூடம் ஆனாலும் எல்லா இடங்களிலும் ஏன் ஒரே மாதிரி இவ்வளவு கொடுமையாக இருக்கிறது? கடைக்காரனிடம் "ராமனை வைத்து நீ பிழைப்பு நடத்திக் கொண்டிருக்கிறாய்; அவனுடைய நாட்டில்மட்டும் நீ இருந்திருப்பாயானால் உன்னை நாடு கடத்தியிருப்பான் அல்லது உனக்கு மரண தண்டணை அளித்திருப்பான்" என்று சொல்ல வேண்டும்போல எனக்குள் ஒரு துடிப்பு.

என்றாலும், கிரிவலத்தில் சில அடிகள் நடந்துமே மனிதர் களின் இந்தச் சிறுமைகள் எல்லாம் நமக்கு மறந்துபோகின்றன. பள்ளத்தாக்குகளிலிருந்து மேலெழும்பி நிற்கும் அற்புதமான சிறு மலைகள்; புற்களும் பயிர்களுமாக அகன்ற பசும் வெளிகள். எனக்கு வெகுதொலைவில் யாத்திகர் பலர் மரங்கள் நிழலிட்ட ஒதுக்கமான பாதையில் முன்னேறிக்கொண்டிருப்பது தெரிகிறது.

# 9

கோயில்கள் ஒன்றையடுத்து ஒன்றென வரிசையாக மரங்களைப்போல நிமிர்ந்து நின்றன. எனக்குச் சற்று முன்னால் ஒன்றையொன்று பார்த்தாற்போல இரண்டு கோயில்கள். ஒன்று ராமனுக்கு, மற்றொன்று பரதனுக்கு. இருவரும் இங்குதான் சந்தித்துக்கொண்டாதாகச் சொன்னார்கள்.

ராமர் கோயிலில் தனியாகச் சிலை எதுவும் இல்லை. கோயிலின் ஒருபக்கச் சுவராகக் குன்றின் பாறை இருந்தது. அதில் வளைந்த மூக்குடன் முகம்போன்ற ஒரு வடிவத்தைப் பார்க்க முடிந்தது. கண்களும் முழு முகமும் வரையப்பட்டிருந்தன.

கதைப்படி, தசரதன் இறந்ததைக் கேள்விப் பட்டு நாடு திரும்பும் பரதன் உடனே ராமனைத் தேடிச் செல்கிறான். அயோத்தியிலிருந்து சித்திரக்கூடம் வரை அவன் சாலை அமைத்ததாகச் சொல்லப்படு கிறது. அந்தக் காலத்து நிபுணர்கள் எவ்வளவு திறமைபடைத்தவர்களாக இருந்திருந்தாலும், நவீன எந்திரங்கள் இல்லாமல் இவ்வளவு தூரம் சாலை அமைப்பதற்கு பல நாட்கள் ஆகியிருக்கும். ராமனைத் திரும்ப அழைத்துக்கொண்டு வர வேண்டும் என்று துடித்துக்கொண்டிருந்த பரதன் அவ்வளவு நாட்கள் காத்திருந்திருப்பானா? அதுபோக, ராமனின் நண்பனான நிஷாத அரசன் குகன், பரதன் என்ன காரணத்துக்காக ராமனைக் காணப்போகிறான் என்பது தெளிவாகத் தெரியாததால் அவனைத் தடுத்து நிறுத்துகிறான். பரத்வாஜ முனிவர்கூட அவனிடம் தயக்கத்தோடு, “இளவரசனே, சினேகனும் சாந்த ஸ்வரூபியுமான ராமனை ஏதும் கெட்ட எண்ணத்தோடு நீ காணப் போக மாட்டாய் என்று நான் நம்புகிறேன்” என்று சொல்கிறார். தசரதன் குடும்பத்தில் நிகழ்ந்த சகோதரச் சண்டை வாய் வழக்காக எல்லா இடங்களிலும் பரவியிருந்தன

என்பதையே இந்தத் தனிப்பட்ட நிகழ்ச்சிகள் காண்பிக்கின்றன. முனிவர்கள், மன்னர்கள் எல்லோருக்கும் எல்லாம் தெரிந்திருந்தது. எனவே பரதன்மீது அவர்கள் கொண்டிருந்த சந்தேகத்திற்கு அடிப்படையில்லாமல் இல்லை.

தாகூரின் பாணியில் சொன்னால், எது தொலைவாக இருந்ததோ அது இப்போது அருகில். அப்படிப் பார்த்தால், அயோத்தியிலிருந்து பிரயாகைக்கு நான்கு மணிநேர ரயில் பயணமும் பிரயாகையிலிருந்து சித்திரக்கூடத்துக்கு இன்னொரு நான்கு மணிநேர பஸ் பயணமும் இப்போது ஒன்றுமே இல்லை. ஆனால் பண்டைய காலகட்டத்தில் வனங்கள் சூழ்ந்த இந்தப் பகுதி வழி சுருக்கு வழியாக இருந்திருக்காது. ராமனுக்கு வேறு வழியில்லை, எனவே அந்தப் பாதை முழுதும் கடந்து வர வேண்டியிருந்தது; பரதனோ தனது அண்ணண்மீதான பாசத்தால் கடந்து வந்தான். இருவரில் யார் சிறந்தவர் என்ற பேச்சுக்கே இடமில்லை.

சொத்துப் பிரிக்கும்போதுதான் அண்ணன் தம்பிகளுக் கிடையே சண்டை வருகிறது; குழந்தைப் பருவத்தி லிருந்து அதற்கு முன்புவரையிலும் சகோதரர்களுக்கிடையே உண்மையான நெருக்கம் இருக்கத்தான் செய்கிறது. கூட்டுக் குடும்பங்களில் சகோதரர்களுக்கிடையே மட்டுமல்ல, ஒன்றுவிட்ட சகோதரர்களோடும்கூட ரத்தபாசமும் ஒரே குடும்பத்துக்காரர்கள் என்ற உணர்வும் இருந்ததை நான் பார்த்திருக்கிறேன். பொருளாதாரப் பிரச்சினை வரும்போது இந்த இணக்கம் போவதோடு சகோதரர்களுக்கிடையே உள்ள பிணைப்பும் அறுபட்டுவிடுகிறது. 'ரத்தபாசம்' என்ற வார்த்தை கவனிக்கப் படவேண்டிய வார்த்தை; ஏனென்றால் ஒருவர் உடம்பில் ஓடும் ரத்தத்திற்கும் மற்றொருவர் உடம்பில் ஓடும் ரத்தத்துக்கும் நேரடியான தொடர்பு எதுவுமில்லை. பரம்பரை, நம்பிக்கை, சொந்தங்கள் என்ற பிணைப்பு இவற்றிலிருந்துதான் ரத்தபாசம் பிறக்கிறது. 'அவனும் என் தாயின் கருப்பையில் என் தந்தையின் பீஜத்தில் பிறந்தவன்தான், நாங்கள் ஒரே குடும்பத்தையும் பரம்பரையையும் சேர்ந்தவர்கள், இன்பத்திலும் துன்பத்திலும் ஆரோக்கியத்திலும் நோயிலும் ஒருவருக்கொருவர் சேர்ந்தே இருக்கவேண்டும்' – இந்த நம்பிக்கையை ஒருவன் உளமார ஏற்றுக்கொள்ளாமல் பாசம் வளராது. சுயநலமின்றிப் பரஸ்பரம் உதவுவது, பொறுத்துக்கொள்வது – இவையெல்லாம் அன்பையும் பிணைப்பையும் உருவாக்கும் கருவிகள். ஆதலால், சகோதர பாசம் என்பது நிபந்தனைக்குட்பட்டது; எல்லாத் தரப்பிலும் இருக்க வேண்டியது. இல்லையென்றால், அது

புத்தகங்களின் பக்கங்களில் மட்டுமே வாழ்கின்ற மூட்டமான, வெற்று அரூப உணர்ச்சியாகத்தான் இருக்கும்.

ராமனுக்கும் பரதனுக்குமுள்ள உறவு மகத்துவமான ஓர் உறவு. மூத்தவன் என்ற நிலையில் ராமன் தந்தைக்கு ஈடானவன், பட்டத்துக்குரிய இளவரசன், அரியாசனத்துக்கு உரிமையுள்ளவன். காலம்காலமாக அனுசரிக்கப்பட்டுவரும் நடைமுறைகளுக்கு அந்தக் காலத்தில் அளவிட முடியாத மதிப்பிருந்தது. மேலும், ராமன் மன்னித்தருளுபவன், பரந்த இதயம் கொண்டவன், விஷயங்கள் அறிந்தவன், தொலைநோக்குப் பார்வை கொண்டவன். அவனுடைய பிராபல்யமே இந்தக் குணங்களை நன்கு அறியத்தருகிறது. பரதன் தனது அண்ணனுடன் நெருக்கமாக இருப்பதற்கு எதுவும் தடையாக இருக்கவில்லை. தன் இனத்தாரோடு இணங்கி வாழ்ந்தால்தான் ஒருவன் பாதுகாப்பாக இருக்க முடியும் என்பதை அடிப்படையாகக் கொண்ட சமூகத்தின் ஆதரவும் அவனுக்கு இருந்தது. ராமாயணம் நிகழ்ந்த காலகட்டம் ஏதோ 'இவன் என் சகோதரன்' என்பதோடு உறவு நின்றுவிட்ட காலகட்டமல்ல; 'இவன் என் சகோதரன், இவனுக்காக நான் போராடுவேன்' என்ற பொறுப்புணர்வு உள்ளார்ந்து பதிந்துபோயிருந்த காலகட்டம். தசரதன் குடும்பத்தில் சகோதரச் சண்டைகள் இல்லாமலில்லை. ஆனால் அதுவே அதன் ஒரே அம்சமாக இருக்கவில்லை. அரியணையைத் துறந்து வனவாசம் போவேன் என்பதில் ராமன் உறுதியாக இருந்ததற்கு தந்தையின் வாக்கைக் காப்பாற்ற வேண்டும் என்ற நோக்கம் மட்டுமே இருந்திருக்க வேண்டியதில்லை. நற்சிந்தனை கொண்ட அந்த இளைஞன், கைகேயியின் பேராசையை யும் அரியணைமேல் பரதனுக்கிருந்த ரகசிய ஆசையையும் உள்ளூர உணர்ந்தே இந்த சிறுமையான பதவிமோகச் சண்டையிலிருந்து தூர விலகி நிற்க முடிவுசெய்தான். பரதன் தனது உத்தமமான அண்ணனின் பற்றற்ற உள்ளத்தை தாமதமாகவே உணர்ந்துகொண்டான்.

தாமதமாகவே உணர்ந்துகொண்டான் என்று சொல்வது முறையல்ல என்று நினைக்கலாம், ஆனால் வால்மீகியே அப்படித்தான் சித்தரிக்கிறார். ராமனைத் திரும்ப அழைத்து வருவதற்காக பரதன் சித்திரக்கூடத்திலிருந்து அகன்றதோர் பாட்டை அமைக்கிறான். சகோதரனைப் பார்க்க அவன் ஏக்கத்தோடு இருந்திருந்தான் என்றால், குதிரையில் பாய்ந்து சென்றிருப்பானே ஒழிய பாட்டை தயாராகும்வரை காத்திருந்திருக்க மாட்டான். ஆனால் பரதன் அப்படிச் செய்ய வில்லை. அந்தப் பாட்டை அமைப்பதற்குப் பல ஆண்டுகள்

ஆயின என்று வைத்துகொண்டால், அத்தனை ஆண்டுகளும் கோசல ராஜ்ஜியத்தை ஆண்டது யார்? நிச்சயம் பரதனாகத்தான் இருந்திருப்பான், ஏனெனில் அந்த பாட்டையைப் போடுவதற் கான அரசாணை பிறப்பித்தவன் அவன்தானே! அவன் கேட்டுக்கொண்டதன் பேரில்தான் பதினான்கு விதமான பணிசெய்வோர் அனுப்பப்படுகிறார்கள் – மரங்களை வெட்ட, செடிகொடிகளைச் செதுக்க, பாறைகளை உடைக்க, மரங்கள் இல்லாத இடங்களில் மரங்களை நட, பள்ளங்களை நிரப்ப, மேடு களைச் சமப்படுத்த, பாலங்கள் கட்ட, ஓடைகள் அமைக்கவென. பாட்டை அமைப்பது போக அவர்கள், கால்வாய்கள் வெட்டவும் கிணறு தோண்டவும் பிரம்மாண்ட மாளிகைகளைக் கட்டவும் செய்தார்கள். இதனிடையே நட்ட செடிகள் வளர்ந்து மரங்களாகிப் பூத்தன; அவற்றின் கிளைகளில் பறவைகள் வந்து வாசம் செய்தன. எனது கணிப்பில் ராமன் வனவாசம் சென்றதற்குப் பல ஆண்டுகள் கழித்துதான் பரதன் தன் சகோதரனைத் தேடிச் சென்றிருக்க வேண்டும். ராமன் காட்டில்தான் வாழ்ந்தான் என்றாலும் மறைந்து வாழவில்லை. துறவிகளும் முனிவர்களும் வேறு பலரும் வந்து அவனை வழக்கமாகச் சந்தித்துக்கொண்டேதான் இருந்தார்கள். அவனைப் பற்றிய செய்திகள் வாய்ப்பேச்சாக அயோத்திக்கு அடிக்கடி சென்றுகொண்டிருந்தன; பரதன் அவற்றை நல்லவண்ணம் அறிந்தும் வைத்திருந்தான். என்றாலும், ராமனைத் திரும்ப அழைத்துவருவதற்காக ஏற்பாடு செய்ய அவனுக்கு அதிக காலம் பிடித்தது; பயணம் பிரம்மாண்டமாக வும் அதற்கான தயாரிப்புகள் விரிவாகவும் இருந்தன. பெரிய பரிவாரங்கள், ரத கஜ துரக பதாதிகளும் இருந்தன; பரதன் பெண்களையும் விட்டுவிடவில்லை. ராமனைப் பார்க்க அவன் தாமதமாகத்தான் சென்றான் என்பதற்கு மற்றொரு அத்தாட்சி, ஜடா மண்டலமாகியிருந்த ராமனின் கேசம். இவ்வளவு அடர்த்தியாக முடி சாதாரணமாகத் தலையில் அவ்வளவு சீக்கிரத்தில் முளைத்துவிடாது. இந்தச் சமயத்தில் பரதனும் சடைமுடியோடு இருந்தான்.

சிருங்கிபேரபுரா வரையிலும் மார்க்கம் போடப்பட் டிருந்தது. அங்கிருந்து பரதனும் அவனது பரிவாரங்களும் நிஷாத அரசனான குகனின் உதவியோடு நதியைக் கடந்து கரையை அடைந்து பிரயாகையிலுள்ள பரத்வாஜ முனிவரின் ஆசிரமத்துக்குப் பயணப்பட்டார்கள். அங்கேயிருந்து சித்திரக்கூடம் போனார்கள்.

சித்திரக்கூடத்தில் சகோதரர்களுக்கிடையேயான இந்தச் சந்திப்பு, அன்பு என்பதே இல்லாதாகிவிட்ட நம் காலத்தில் மெல்லிய தென்றலைப் போல வீசி, மனிதர்களாகிய

நாம் இதுபோன்ற எவ்வளவு செல்வங்களை இதயத்தில் இழந்துவிட்டோம் என்பதை நினைவுபடுத்துகிறது.

ஆரவாரப் படையோடும் பெரிய மக்கள்கூட்டத்தோடு மான பரதனின் இந்த வருகை ராமனைத் திடுக்கிடச் செய்தது. அவன் லட்சுமணிடம் என்ன நடக்கிறது என்று பார்க்கச் சொன்னதும் லட்சுமணன் உயர்ந்த மரம் ஒன்றில் ஏறித் தெளிவாகப் பார்த்துவிட்டு, ராமனிடம் போருக்குத் தயாராகும்படிச் சொல்கிறான். எதற்காக? கைகேயின் புதல்வனான பரதன், அரியணையே கண்ணாக இருப்பவன், ஆட்சியைப் பிடிப்பதற்காக அதன் பாதையில் இருக்கும் தடைகளை அகற்ற வந்துகொண்டிருக்கிறான்.

லட்சுமணன் இப்படிச் சொன்னதும் ராமன் வருந்துகிறான்; ஏனென்றால் பரதன்மீது சந்தேகம் கொள்வதற்கு எந்த அடிப்படையும் இல்லை. ஆனால், லட்சுமணனும் பரதனின் சகோதரன்தானே, அப்படியானால் அவன் ஏன் சொந்தச் சகோதரனையே சந்தேகம் கொள்கிறான் என்பதற்கான பதிலாக மீண்டும் ஒன்றையேதான் சொல்ல வேண்டியிருக்கிறது – வால்மீகி எழுதிய ராமாயணத்தில் எவ்வளவுதான் திரையிட்டு மறைத்தாலும் சகோதரச் சண்டை வெளித் தெரியாமல் இல்லை.

தன்னலமற்ற இவ்விரு சகோதரர்களும் சந்தித்துக் கொள்ளும்போது, ராமன் அக்காலத்து வழக்கத்தின்படி பரதனிடம் சரமாரியாகக் கேள்விகள் வினவுகிறான்; அக்கேள்விகளில் பல இன்றைய ஆட்சியாளர்களுக்கும் பொருந்துபவைதான்.

'உன் மந்திரிகள் புத்திமான்களாகவும் நீதிசாஸ்திர நிபுணர்களாகவும் உத்தம குலத்தில் பிறந்தவர்களாகவும் பிறருடைய எண்ணங்களைச் சூக்குமமாகத் தெரிந்துகொள்கிறவர்களாகவும் நம்பத் தகுந்தவர்களாகவும் இருக்கிறார்களா? யாக விதிகள் நன்கு அறிந்தவர்களும் புத்திமான்களுமான புரோகிதர்கள் ஹோமங்களைச் சரிவரச் செய்துவருகிறார்களா? எளிய முறைகளால் அதிகப் பயன் விளைவிக்கும் காரியத்தைத் தாமதமில்லாமல் செய்து வருகிறாயா? ஆயிரம் மூர்க்கர்கள் இருந்தாலும் அவர்களை விட்டுவிட்டு, நன்றாகப் பரிசோதித்துச் செய்யும் புத்திமானை அடுத்திருக்கிறாயா? ராஜீய விஷயங்களில் சங்கடங்கள் நேரும்போது அரசனுக்கு அத்தகைய புத்திமான்தான் மேன்மையான உபாயங்களைத் தருவார். மூர்க்கர்களை ஆயிரக்கணக்காகவும் கோடிக்கணக்காவும் சேர்த்துக்கொண்டாலும் காரியங்களை ஆலோசிக்கும்போது அவர்கள் கொஞ்சமாவது பயன்படுவார்களா? நீ உயர் வகுப்பினருக்குச் சிறந்தவர்களையும் நடுத்தர வகுப்பினருக்கு

நடுத்தரமானவர்களையும் ஏழைகளுக்கு ஏழைகளையும் சேவகர்களாக நியமித்திருக்கிறாயா? தார்மீகர்களும் தங்கள் பாரம்பரியம் காரணமாகப் பதவிகளை அடைந்தவர்களும் கையூட்டுப் பெறாதவர்களுமான மந்திரிகள் வசம் முக்கியமான காரியங்களை ஒப்படைத்திருக்கிறாயா? உன் வரவு, செலவு இவ்விரண்டில் எது அதிகம், எது குறைவு? பிராமணர்களில் வைதீகமில்லாதோரோடு யாரும் தொடர்புவைத்துக் கொள்ளாமல் பார்த்துக்கொள்கிறாயா?" எல்லாவற்றுக்கும் மேலாக, ராமன் கேட்கிறான்: "பெண்களிடம் ரகசியங்களைச் சொல்லாமலிருக்கிறாயா?" இதைக் கேட்கும்போது அவன் குரல் தணிவாக ஒலித்திருக்கலாம்.

இன்னும் இருக்கின்றன: "தகுதியற்றோரிடம் செல்வம் சேராமல் பார்த்துக்கொள்கிறாயா? தர்மத்தை அர்த்தத்தாலும், அர்த்தத்தைத் தர்மத்தாலும், இவ்விரண்டையும் காமத்தாலும் அடக்காமல் பார்த்துக்கொள்கிறாயா? நாஸ்திகம், அஜாக்கிரதை, அசிரத்தை, கோபம், சோம்பல், தீயோர் நட்பு, பணிவின்மை, இந்திரியங்களை அடக்காமை, ராஜீய விஷயங்களில் தீர ஆலோசித்து முடிவுசெய்யாமை, விபரீதமானவர்களிடம் ஆலோசனை கேட்பது, நிச்சயித்த காரியங்களை ஆரம்பிக்காம லிருப்பது, ரகசியங்களை வெளியிடுவது, தாமதமாக வேலை களை ஆரம்பிப்பது, ஒரே சமயத்தில் எல்லாப் பகைவர்களோடும் போர் தொடுப்பது ஆகிய அரசர்கள் விலக்க வேண்டிய குற்றங் களை நீ விலக்குகிறாயா?" அவன் கேட்ட கேள்விகளின் பட்டியல் பெரியது; ஆனால் ஒவ்வொரு கேள்வியிலும் மக்கள்மீது அவன் கொண்டிருந்த ஆழ்ந்த அக்கறையும் தர்மத்திலும் சத்தியத்திலும் அவனுக்கிருந்த நம்பிக்கையும் வெளிப்படுகின்றன. அவை கேள்விகள் அல்ல, கேள்விகள் எனும் போர்வையில் முக்கியமான அறிவுரைகள்.

# 10

ஒன்றையொன்று பார்த்தபடியிருக்கும் ராமன், பரதன் கோயில்களுக்கு நடுவில் நின்றபடி நான் மீண்டும் ஒருமுறை காலத்தின் மூடுபனிக்குள் நுழைய முற்பட்டேன். நம்மிலும் பல மடங்கு மேலான இவ்விரு மனிதர்களை மதிப்பிடும் முயற்சி வெற்றிபெற முடியாது. சரி அது போகட்டும், ராமாயணத்தில் வருகிற சித்திரக்கூடம் உண்மையில் இதுதான் என்றோ அல்லது இதுவும் நம்பவைப்பதற்காக உருவாக்கப்பட்டதுதான் என்றோ யாரால் சொல்லமுடியும்? இந்த இரு கோயில்களுக்கும் நடுவில் நின்றுகொண்டிருந்த எனது உள்ளத்தை பண்டைய காலத்திலிருந்து அடியோட்டமாக வந்திருக்கும் மேன்மையான உணர்வுகள் சிலநேரங்களில் நெகிழச் செய்கின்றன என்பதும் உண்மைதான்.

மந்தாகினி கங்கை இன்னும் ஓடிக்கொண்டிருக்கிறது. ராமன் இந்த நதியை அடிக்கடி மந்தாகினி என்றே சொல்கிறான்; ஆனால் உள்ளூர் மக்கள் இதை மந்தாகினி கங்கை என்று குறிப்பிடுகிறார்கள். கங்கையின் பெயரை இணைத்து இதற்கு இன்னும் சிறப்பை வழங்குவதற்காகக்கூட இருக்கலாம்.

மக்கள் நீராடும் துறை மிகப் பெரிதாக இருந்தது; அது எனக்குக் காசியிலுள்ள துறைகளை நினைவுபடுத்தியது. ஆனால் மந்தாகினி அவ்வளவு அகன்ற நதியல்ல. அரசாங்கத்தின் முயற்சியில் கற்களும் கான்கிரீட் தளங்களும் இட்டு நீராடும் துறை புதுப்பிக்கப்பட்டுவருகிறது. ஸ்படிகத் தெளிவோடு ஓடிக்கொண்டிருக்கும் நீரில் புனித நீராடுவதற்கென வந்த எண்ணற்ற மக்கள் அங்கே இருந்தார்கள்.

ரிக்ஷாக்காரர் அனுமன் சுனைக்குப் போவோம் போவோம் என்று என்னைப் பிடுங்கி எடுத்துக்

கொண்டிருந்தார். மந்தாகினி நதியின் கரையையொட்டி ஆபத்தான சரிவுகளில் இறங்கொண்டிருந்தபோது அவர் அந்தச் சுனையின் அற்புதங்களைச் சொல்லியபடியே ஓட்டினார். கொஞ்சம் அசிரத்தையோடு நான், “இன்னைக்கு வேண்டாம், நாளைக்குப் பாத்துக்கலாம். ஒரே நாளில் எல்லாவற்றையும் பார்க்க அவசரப்படுவது சரியில்லை” என்றேன்.

திரும்பி வரும்போது சாப்பிடுவதற்காக ஒரு அலங்கோலக் கடையில் நிறுத்தினோம். அதன் முக்கியமான வாடிக்கையாளர்கள், அரசு பேருந்துகளின் டிரைவர்களும் கண்டக்டர்களும்தான்.

சித்திரக்கூடத்தில் நல்ல கடையென்று ஒன்றுமே இல்லை. நான் எனக்கு டிபன்தான் வேண்டும் என்று சொன்னபோது, அங்கிருந்த சிறுவன் மூன்றரை ரூபாய் தாருங்கள், என்ன வேண்டு மானாலும் சாப்பிட்டுக் கொள்ளுங்கள் என்று தெளிவாகச் சொல்லிவிட்டான். நான் களைப்போடு புன்னகைத்து, “ரொம்ப நல்லது. அப்படியானால் அதைக் கொடு” என்றேன் அவனிடம்.

தப்பு பையனது அல்ல, அங்கே டிபனுக்கான தயாரிப்புகள் எதுவுமில்லை. இருந்ததெல்லாம் ரொட்டி, கறிகள், சோறு இவைசேர்ந்த “தாளி” தான். நான் வயிறு முட்டச் சாப்பிடப் போவதில்லை; ஆனால், அதற்காக விலையெல்லாம் குறைக்க முடியாது என்று விட்டான் பையன்.

அப்படி எனக்குத் தருவது அவர்களுக்குக் கட்டுப்படியாகாது. அந்த ஓட்டை ஓலைக் கூரையால் தூசியையோ சூரிய வெளிச்சத்தையோ தடுக்க முடியவில்லை. இரண்டும் தாராளமாக உள்ளே பாய்ந்துகொண்டிருந்தன. தரை சமதளமாக இல்லாத தால் பெஞ்சுகளும் மேஜைகளும் ஆடின. நாகரிகத்தின் சுவடே தெரியாத நடுவயதுப் பெண்மணி ஒருவர் அழுக்கான கிழிந்த புடவையோடு சாலையோர அடுப்பில் சப்பாத்தி சுட்டெடுத்துக்கொண்டிருந்தார். அவர்கள் எனக்கு என்ன தரப்போகிறார்கள் என்று எனக்குத் தெரியவில்லை. அப்படித் தருவதற்கு அவர்களிடம் என்னதான் இருக்கும்? எனாமல் தட்டுக்களைப் பார்த்ததுமே எனக்கு வயிற்றைக் கலக்கியது. தட்டுக்களில் எனாமல் போய் இரும்பு தெரிந்தது. எங்கு பார்த்தாலும் கொழுத்த ஈக்கள் ரீங்காரமிட்டுக்கொண்டிருந்தன. சித்திரக்கூடத்துக்குப் போவதற்கு முன்னால் காலாரா தடுப்பூசி போட்டுக்கொள்ளுங்கள் என்று யாரும் என்னிடம் சொல்லவில்லை. ஆனால் இந்த ஓலைக்குடிசைக்கு வருவதற்கு முன்பு போட்டுக்கொண்டு வந்திருந்தால் நன்றாக இருந்திருக்கும். இதெல்லாம் போக, வசவுக்காரியான அந்தப் பெண்மணி அந்தப் பையனைச் சீறிக்கொண்டே இருந்தார். அவரது

தோற்றத்தைப் பார்த்தால் கஷ்டத்திலேயே பிறந்து வளர்ந்தவர் என்பது தெரிந்தது. எண்ணெய் படாத தலை, பொட்டு நகை இல்லை, கையில் பச்சைக்குத்துக்கூட இல்லை.

நான் மௌனமாகக் காத்திருந்தேன். நான் பொறுமைசாலி ஆகியிருந்தேன். இப்போதெல்லாம் மனிதர்களிடம் என்னால் நன்றாகப் பொறுமைகாக்க முடிந்தது. சட்டென்று யாரிடமும் கோபப்படுவதில்லை. அடுத்தவர் உனக்கு எதைச் செய்யக் கூடாதென்று நீ நினைக்கிறாயோ அதை நீ அடுத்தவர்களுக்குச் செய்யாதிருப்பாயாக என்பது எனக்குத் தெரிந்துவிட்டது. இந்தக் கட்டளை புரிந்தாலே போதும், இந்த உலகம் இன்னும் தாங்கிக்கொள்ளக் கூடியதாக மாறிவிடும். இந்த மருந்து சின்னச் சின்ன மனக்கசப்புகளிலிருந்து என்னைக் காத்தது.

ஆனாலும், நேரம் ஆகிக்கொண்டே இருந்ததால் நான் முகத்தை முடிந்த அளவு சோகமாக வைத்துக்கொண்டு அந்தப் பெண்மணியிடம், "அம்மா, தயாராயிடுச்சா ?" என்று கேட்டேன்.

அந்த ஒரு விளிப்பு பெற்றுத் தந்த வெற்றியை எந்த மாய மந்திரமும் பெற்றுத் தந்திருக்க முடியாது. கோபக்காரியைப் போலத் தோற்றமளித்த அந்தப் பெண் திடுக்கிட்டு என்னைச் சில வினாடிகள் ஆச்சரியத்தோடு பார்த்தார். நன்றாக உடையணிந்த வாடிக்கையாளர் ஒருவர் தன்னைப் பார்த்து அம்மாவென்று அழைத்தாரா ? ஒரு நொடியில் அவர் முகத்தில் கோப ரேகைகள் மறைந்து அளவற்ற கருணை படர்ந்தது, நெகிழ்ச்சியில் குரல் நடுங்க அவர், "தயாராயிடுச்சு மகனே, தயாராயிடுச்சு" என்றார்.

மிகப் பொறுப்போடு என் முன்னால் அவர் தட்டை வைத்தார். சப்பாத்தியும் கறியும். சோறு பிறகு வரும், இன்னும் கூட்டுக் கறிகளோடு. இங்கே மூன்றரை ரூபாய் கொடுத்துச் சாப்பிட வருபவர்கள் எல்லாம் இதுதான் தங்கள் வாழ்க்கையின் கடைசிச் சாப்பாடு என்பது போலச் சாப்பிடுகிறார்கள். எனக்கு அடுத்த மேஜையில் சாப்பிட்டுக்கொண்டிருந்த இரண்டு டிரைவர் சாகிப்புகளின் தட்டிலிருந்த சோற்று மலையின் உயரம் சித்திரக்கூட மலையின் உயரத்தைவிடச் சில அடிகள்தான் குறைவு.

ஆனால் இரண்டு கெட்டிச் சப்பாத்திகள் சாப்பிட்டதுமே நான் திரையை இறக்கிவிட்டேன். நான் அந்தப் பெண்மணியிடம் பத்து ரூபாய் நோட்டைக் கொடுத்ததும் அவர் பாக்கி கொண்டுவரப் பறந்து போனார். எட்டரை ரூபாயை என் கையில் தந்துவிட்டு அவர் மூச்சிரைக்கச் சொன்னார், "அதிகமா எடுத்துக்க எனக்கு மனசு கேக்கல மகனே. சோறுகூட வாங்கிக்கல நீங்க, இரண்டே இரண்டு சப்பாத்திதான். வேண்டாம், இதுக்கு மேல என்னால வாங்க முடியாது."

மனிதர்களின் தாராளகுணம் என்னை எப்போதும் நெகிழச் செய்துவிடும். என் கண்களில் நீர் நிறைந்தது. அதைக் காண்பிக்காமல் இருப்பதற்காக முகத்தைத் திருப்பிக்கொண்டு மென்மையாக, "சரி அம்மா" என்றேன். அதற்கு மேல் என்னால் பேச முடியவில்லை.

நான் நாள் முழுக்க சித்திரக்கூடத்தில் சுற்றிக்கொண்டே இருந்தேன். பொரிக்கும் வெயிலும் பித்துப்பிடிக்க வைக்கிற வெக்கையும் என்னைத் தாக்கிகொண்டிருந்தன. பிரதான சாலையில் வீடுகளே இல்லை, ஒரு சில கடைகள்தான் இருந்தன. ஆனால் மந்தாகினி நதிக்கரையில் அடர்த்தியாக மனித நடமாட்டம் இருந்தது. இது புனிதஸ்தலம் என்பதால், உள்ளூர் மக்கள் யாத்திரிகர்களின் பணத்தில் வாழ்க்கையை ஓட்டிக்கொண்டிருந்தார்கள். ஆனால் சாமர்த்தியத்தில் யாத்திரிகர்களும் அவர்களை ஏமாற்றிக்கொண்டிருந்த மனிதர் களுக்குச் சற்றும் குறைந்தவர்களில்லை. எந்த வேலைக்கும் ஒரு பைசா அதிகமாகக் கொடுக்க அவர்கள் தயாரில்லை. யார் மலிவு, எது மிக மலிவு என்றே தேடிக்கொண்டிருந்தார்கள் – மலிவான பாண்டா, மலிவான ஹோட்டல், மலிவு தரிசனம். இதனால்தான் அங்கே ஏகப்பட்ட ஹோட்டல்கள் முளைத்திருந்தன. இதுவரையிலும் அங்கிருந்த மிகப் பெரிய ஹோட்டல், ஜெய்பூரியா விருந்தினர் விடுதியோ அல்லது பிரதான சாலையிலிருந்த தர்மச் சத்திரமோதான். எட்டு ரூபாய்க்கு ஒற்றைக் கட்டில் அறை கிடைக்கும்; குளியலறை எல்லோருக்கும் பொது என்றாலும், கழிப்பறை தனியாக இருந்தது. கூடுதலாகப் பணம் கொடுத்தால் தலையணைகளும் கிடைக்கும். எனவே, இதுபோன்ற அறைகளுக்காகக் கூட்டம் முந்தியடிப்பது இயற்கைதான். அரசாங்க விருந்தினர் மாளிகை யின் மானேஜரால் அறை தருவதற்கு முடியாமல் போனாலும், பணம் செலுத்திச் சாப்பிட்டுக்கொள்ள என்னை அனுமதித்தார். இன்றிலிருந்து மாளிகையில் சமையல் கிடையாது, முழு வேலைநிறுத்தம்.

இந்த இடைவிடாத வேலைநிறுத்தத்தின் புண்ணியத்தில் ஒரு நாள் இரவு முழுவதும் கனவிலிருப்பதைப் போலக் கழிந்தது. முந்தைய தினம் நேரம் கெட்ட நேரத்தில் தாமதமாக மதிய உணவு எடுத்துக்கொண்டவன் சோர்வில் அசந்து தூங்கி விட்டேன்; எழுந்து பார்க்கும்போது இரவு ஏழு மணி. எங்கும் வெறிச்சென்று அமைதியாக இருந்ததால் எனக்கு துஷ்டி வீட்டில் கிடப்பதுபோலத் தோன்றியது. அசுரர்கள்கூடத் தங்கும்படி யான இந்தப் பிரம்மாண்ட அரசு விருந்தினர் மாளிகையில் யாருமே இல்லை என்பது எனக்கு ஏற்கனவே தெரிந்திருந்தது.

மானேஜருக்கு என்ன தோன்றியதோ தெரியவில்லை, அவர் எனக்கு முதல் மாடியின் பின்வசத்தில் ஒரு அறையைத் தந்திருந்தார். அங்கிருந்து என்னால் பரந்து விரிந்திருந்த ஒரு வெற்றுப் பிரதேசத்தைப் பார்க்க முடிந்தது. நான் ஓவென்று கத்தினால்கூட யாருக்கும் கேட்காது. பரிசாரகரிலிருந்து மானேஜர்வரை எல்லோரும் கிளம்பிக்கொண்டிருந்தார்கள். எட்டு மணிவாக்கில் நான் வெளியே கிளம்பியபோது, மானேஜர் புல்வெளியில் நாற்காலியில் அமர்ந்திருப்பதைக் கண்டேன். "சீக்கிரமா வாங்க, ஒன்பது மணிக்குள்ளே. நாங்க கேட்டைப் பூட்டிவிட்டுப் போகப்போறோம்" என்றார்.

சொன்னதுபோலவே நான் ஒன்பதுக்கு வந்துவிட்டேன். அதன் பின்னர் அவர்கள் என்னை அந்த பிரம்மாண்ட மாளிகையில் வைத்துப் பூட்டுப் போட்டுவிட்டுப் போய்விட்டார்கள். இரவுக் காவலுக்கு யாராவது இருப்பார்கள்தான், ஆனால் அது எப்படிப் போதும்? உ.பி.யில் திருடர்களும் கொள்ளைக்காரர் களும் அதிகமில்லாமல் இருக்கலாம், எனக்குத் தெரியவில்லை; ஆனால் என்னிடமோ ரொக்கமாக நிறையப் பணமிருந்தது. அதை டிராவலர்ஸ் செக்காக மாற்றிவைத்துக்கொள்ள எனக்கு நேரம் கிடைக்கவில்லை. போதாக்குறைக்கு, ஒரு வெளிநாட்டுக் காமிராவை வேறு இரவல் வாங்கிக்கொண்டு வந்திருந்தேன்.

வங்காளத்துக் கொள்ளைக்காரர்களைப் போலத் திறமைசாலி களை இந்தியாவில் வேறெங்கும் பார்ப்பது கடினம் என்பது நிஜம். துர்க்காபூரிலும் அசான்சோலிலும், வர்த்தமானிலும் சிலிகுரியிலும் பட்டப்பகலில் இவர்கள் அனாயசமாகக் கொள்ளையடித்துக்கொண்டு சென்றுவிடுகிறார்கள். ரயில்களில் இதைவிட சுலபம் அவர்களுக்கு, தண்ணீரில் மீனைப் போல. வங்காளிகளின் இந்தக் குடிசைத் தொழில் ஒன்றரை மாநிலங்கள் பயணம் செய்து இங்கேயும் வந்திருக்காது என்று என்ன நிச்சயம்? நமது நாடு வறுமையான நாடு, கொள்ளைக்காரர்களுக்கும் வருமானத்துக்குப் பஞ்சமில்லை, எப்போவாவது மாட்டிக் கொள்ளும் அபாயம் இருக்கிறது என்பதை மட்டும் விட்டு விட்டால் இது கஷ்டமில்லாமல் காசுவருகிற வேலை. இதை யெல்லாம் வைத்துப் பார்க்கும்போது, எந்த முட்டாளாவது இந்தத் தொழிலைக் கற்றுக்கொள்ளாமல் இருப்பானா? வங்காள வாசகர்கள் எனது புத்தகங்களை வாங்காமல்போய், பிழைப் பதற்கு வழி தெரியாமல் நான் பரிதவிக்கும் சில நேரங்களில் நாமும் இந்தத் தொழிலைக் கற்றுக்கொண்டிருக்கலாமோ என்று எனக்குத் தோன்றாமலில்லை.

ஆக, இந்தப் பயமும் என்னைப் பற்றிக்கொண்டது, சித்திரக்கூடத்தைப் பற்றியிருக்கும் இருளைப் போல. ஆனால்

ஒரு நல்ல விஷயம். உ.பி.யில் பொசுக்கு பொசுக்கென்று விளக்குகள் போகவில்லை. இங்கே சின்ன நகரங்களிலும் கிராமங்களிலும்கூட மின்தடை என்கிற சமாச்சாரமே கிடையாது.

ஏழு மணிவரையிலும் தூங்கிவிட்டதால் எனக்குச் சட்டென்று தூக்கம் வரவில்லை. போதாக்குறைக்குப் பயம் வேறு தூக்கத்துக்குக் கத்திவைத்துக்கொண்டிருந்தது. நான் பால்கனியில் போய்க் கொஞ்ச நேரம் அமர்ந்தேன். இந்தப் பகுதிகளில் பகலில் வெயில் கொளுத்துவதற்கு ஈடாக இரவில் சில்லென்று இருக்கும். இரவு கவிழ்ந்ததும் எங்கிருந்தோ பலமான காற்று வந்து வீசத் தொடங்கியது. விடுதி ஒரு பரந்த வெற்று வெளியின் விளிம்பில் இருந்ததாலும், நானிருந்தது முதலாவது மாடி என்பதாலும் இந்தக் காற்றால் சிறிது நேரத்திலேயே எனக்கு மூச்சு முட்டியது. சங்கடமாக உணர்ந்தேன். அறைக்குத் திரும்பி ஒரு மர்ம நாவலைப் பிரித்தேன். ஆனால் பூதத்தைப் போல ஏதோ ஒரு நிழல் என் பின்னால் பதுங்கி நின்றது. எதன் நிழல் அது என்று என்னால் உறுதிப்படுத்த முடியவில்லை. நிராயுதபாணியாக உணர்ந்தேன் நான்.

ஒற்றைக்குப் பயணம் செய்யும் பயணி கட்டாயம் எடுத்துக் கொள்ளவேண்டிய எந்த முன்னெச்சரிக்கையையும் நான் எடுத்துக்கொள்ளவில்லை. நான் இடம்பெயர்ந்துகொண்டே இருந்ததால் எனது முகவரியை யாருக்கும் தெரிவிப்பதில் அர்த்தமில்லை; எனவே நான் இன்றிரவு சித்திரக்கூடத்தில் இருக்கிறேனா அல்லது வேறெங்காவது இருக்கிறேனா என்பதை யாரும் அறிந்திருக்க முடியாது. வெளியூரில் மரணம் என்னைக் கைநீட்டி அழைத்துக்கொள்ளுமானால் எனது அடையாள அட்டையை வைத்து என்னைக் கண்டுகொள்வார்கள். என்னவோ, இந்தத் தலைமறைவு வாழ்க்கை எனக்குப் பிடிக்கத்தான் செய்தது. என்றாலும் இந்த இரவு எல்லாவற்றையும் புரட்டிப்போட்டு விட்டது. மர்ம நாவலைப் படுக்கையில் கவிழ்த்து வைத்துவிட்டு, பாதுகாப்பில்லாத பால்கனிக்கு மீண்டும் திரும்பினேன். பலத்த காற்று இருண்ட தொடுவானத்தி லிருந்து தன் விரல்களை நீட்டி என்னை அப்படியே மொத்தமாக அமுக்கியது. என் உடலின் ஒவ்வொரு துளையும் ஜன்னல் கதவுகளைப் போலத் திறந்தது. கிறுக்கன் மெஹர் அலியைப் போல அந்தக் காற்று எனக்குள், “எல்லாம் பொய்” என்று சொல்லிக்கொண்டே இருந்தது. எல்லாம் பொய்யன்றி வேறென்ன? இத்தனை வருடங்களாக நான் என்னை உருவாக்க மேற்கொண்டவை, நான் பெற்றுக்கொள்ள முயன்ற சந்தோஷம், இந்த உலகத்தில் நான் தேடிச் சென்ற புகழ் எல்லாம் மாயை, கேடு பயப்பவை – பொன்மானைப் போல.

குறுகிய ஓர் வாழ்வுக்குள் என்னை அடைத்துவிட்ட இந்தப் பிணைப்பு – குடும்ப வாழ்க்கைமீது எனக்கிருக்கும் ஈர்ப்பு – ஒரு மாயையன்றி வேறொன்றும் இல்லை. இந்தப் பூமியில் யாரும் யாருக்கும் சொந்தமில்லை. ராமன் என்று வரலாற்றில் ஒருவன் இருந்தானா, இல்லை அவன் புராண கற்பிதமா என்பதெல்லாம் முக்கியம் அல்ல; அவன் தன் வாழ்வின் ஒரு கட்டத்தில் இந்த ஞானத்தை உணர்ந்தான் அல்லவா அதுதான் முக்கியம்; அந்த ஞானம் அவனைத் துறவுக்கு இட்டுச் சென்றது. இந்தத் துறவறத்தை அவன் கடைபிடிக்காது போயிருந்தால், அவனால் தன் வாழ்வின் பெரும் வேதனைகளின் சுமையைத் தாங்கிக்கொண்டிருக்க முடியாது. இந்தத் துறவற உணர்வு சில நேரம் நம்மையும் தீண்டாமல் இல்லை. நமக்கென்று ஒரு வீட்டை அமைத்து, குடும்பத்தை ஏற்படுத்திக்கொண்டு, உடைமை களைக் கட்டிக்காத்துக்கொண்டிருந்தாலும், நாமும் இவை எல்லாம் வீண் என்று உணர்கிறோம். எதுவும் எனக்குச் சொந்த மில்லை; சொல்லப்போனால் யாருக்கும் எதுவும் சொந்தமில்லை.

# 11

இந்த விருந்தினர் மாளிகையின் முதல் தளத்தின் இருளடைந்த பால்கனியிலிருந்து இந்தியா முழுவதையும் பார்த்துவிட முடியாதுதான். ஆனால் அமானுஷ்யமான இந்த இரவில் வெகுநேரம் கழித்து ஒரு சுழல்காற்று இந்தியா முழுவதும் சுற்றியடித்துவிட்டு இங்கே ஊர்திரும்பி என் உணர்வுக் கொம்புகளை எட்டியது. உயரம் குறைந்த தடுப்புச் சுவரில் குனிந்தபடி நான் இந்தியாவைக் கண்கொட்டாமல் கவனிக்க முயன்றேன். எனக்கு முன்னால் பிரம்மாண்டமான வெளி இருள் போர்த்திப் பரவிக் கிடக்கிறது. மணல் துகள்களைப் போல நட்சத்திரங்கள் தெளிந்த வானத்தில் மின்னுகின்றன. அந்த மங்கிய வெளிச்சத்தில் தெரியும் நிழலுருவங்கள் ஒவ்வொன்றும் இருளடைந்த, வரையறுக்க முடியாத, தன்னிலே திருப்தியடைந்த, குறுகிய நோக்கு கொண்ட, முன்யோசனையற்ற இந்தியாவின் வெளிப்பாடுகள். அகற்ற முடியாத இருள் அதை மூடிவிட்டது. இங்குள்ள கிராமங்கள், நகரங்கள், பெருநகரங்கள் ஒவ்வொன்றிலும் மனிதன் உருவாக்கிய ஒவ்வொன்றிலுமிருந்து சுழன்று வெளிப்படும் இருள்; இந்தியாவில் நான் சென்ற இடங்களின் மூலைமுடுக்குகளிலும்கூட கண்ட இருள். சகர்கள், ஹூணர்கள், பதான்கள், மொகலாயர்கள், ஆங்கிலேயர்கள் இவர்களெல்லாம் நம்மை அடக்கி ஆண்டு சென்றுவிட்டார்கள். மகா அலெக்சாண்டரோ அல்லது கஜினி மாமுதோ உலகைப் பிடிக்கப் போகும் வழியில் நம் நாட்டிற்கு மீண்டும் இனி வரப்போவதில்லை. கடற்கொள்ளைக்காரனும் வணிகனுமான வாஸ்கோடகாமாவும்தான். இன்று நம்மை அடக்குபவர்கள் வெளிநாட்டவர்கள் அல்ல, முழுக்க முழுக்க இந்தியர்கள். இன்று ரயில்வே

துறையிலும், காவல் நிலையங்களிலும், நீதிமன்றங்களிலும், அரசு அலுவலகங்களிலும், வியாபாரிகளின் கிட்டங்கிகளிலும் தொழிற்சாலைகளிலும், கடைகளிலும், மருத்துவமனைகளிலும், கல்விக்கூடங்களிலும் நெளிகிற அழிக்கக் கடினமான கொடும் புழுக்கள் எல்லாம் இங்கே இந்தியாவில் தோன்றியவைதான். இந்த நாட்டின் சாமானிய மக்கள் தங்கள் சொந்த ஊர்களி லேயே அன்னியர்களாகத்தான் எப்போதும் இருக்கிறார்கள். அஸ்ஸாம் அல்லது சுந்தரவனம் அல்லது ஹரியானா அல்லது கர்நாடகத்தின் கிராமங்களில் வாழும் லட்சக்கணக்கான மக்களுக்கு இந்தியா எதுவென்பதோ அது எவ்வளவு தூரம் பரந்தது என்பதோ தெரியாது. இந்த நாடு எங்களது என்று உறுதியாகக் கூறிக்கொள்ளக்கூட அவர்களால் முடியவில்லை. அவர்களுக்குத் தெரிந்ததெல்லாம், இந்த நாடு தில்லியில் இருப்பவர்கள் அல்லது ஒருவேளை கல்கத்தா, பம்பாய், போபால், சென்னை இங்கெல்லாம் இருப்பவர்களுக்குமான நாடு என்பதுதான். இவற்றில் வசிக்கும் அழகான மனிதர்களுக்குரியது. இவர்களின் கட்டளையின்பேரில் எவரையும் தூக்கிலிடலாம்; விமானங்களில் சொர்க்கத்துக்கு அருகே பறந்து செல்பவர்கள் இவர்கள். கல்வி இவ்வளவு தூரம் பரவியும்கூட, சாமானிய மக்களுக்குப் புரிந்ததெல்லாம் இதுதான்: சட்டத்தின் இறுதி வார்த்தை மாஜிஸ்ட்ரேட்டிடம் இருக்கிறது; எல்லாவற்றிற்கும் பிரபு, எஜமானன் போலிஸ் இன்ஸ்பெக்டர்; கருணையும் கடமையும் பிடிஓ வசமிருக்கின்றன; சாவு, சுகாதார மையத்தின் மருத்துவரின் கைகளில் இருக்கிறது; இவர்கள் எல்லோரும் கடவுளுக்கு ஒப்பானவர்கள். சட்டம் இந்தச் சாமானியர்களைப் பற்றி கவலைப்படுவதில்லை; பிரபுவும் எஜமானருமானவர் இவர்களைப் பாதுகாப்பதில்லை; மருத்துவர் இவர்களுக்கு வாழ்வு அளிப்பதில்லை; பிடிஓ இவர்களின் பிழைப்புக்கு உறுதி தருவதில்லை. அப்படியானால் யார்தான் இவர்களைக் கவனிப்பார்கள்? சாவிலும் துக்கத்திலும், வேதனையிலும் கஷ்டத்திலும், பஞ்சத்திலும் பெருவெள்ளத்திலும் இவர்கள் பக்கம் இருப்பதெல்லாம் ராமரோ அல்லது திருப்பதி வேங்கடா சலபதியோ அல்லது காளியோ அல்லது துர்கையோதான். பகுத்தறிவு இவர்களுக்குக் கட்டுப்படியாகாது; அது இவர் களுக்குப் பொறுப்பற்ற ஆடம்பரம். தங்களின் இரத்தமும் சதையும் மஜ்ஜையும் எப்படி உறிஞ்சி எடுக்கப்படுகின்றன என்பது இவர்களுக்குத் தெரியும், யார் அவற்றை உறிஞ்சுகிறார்கள் என்பதும் தெரியும். இதுதான் இந்தியாவில் நடைமுறை என்பதும் இவர்களுக்குத் தெரியும். ஆங்கிலேயர்களை இவர்கள் அடித்து விரட்டவில்லை; அப்படி ஒரு தேவையை இவர்கள் உணர்ந்ததே இல்லை. ஆங்கிலேயர்களை அகற்றுவதற்காகப்

போராடியவர்களும் இன்று உணர்ந்துகொண்டுவிட்டார்கள், தங்கள் போராட்டம் எல்லாம் வீண் என்று. சுயராஜ்ய உணர்வை மக்களின் மனதில் தூண்டிய கனத்த புத்தகங்கள் எல்லாம் வீண். சுதந்திர தின, குடியரசு தினக் கொண்டாட்டங்கள் எல்லாம் வீண். முன்பெல்லாம் ராமன் அவர்களை அடக்கி ஆண்டுகொண்டிருந்தான்; இப்போது ராவணனின் முறை. முன்பெல்லாம் வெட்டுக்கிளிகள் வேறு நாடுகளிலிருந்து பறந்து வந்துகொண்டிருந்தன; இப்போது உள்நாட்டிலேயே அவை பிறப்பெடுக்கின்றன. எனவே, இங்குள்ள சாமானியர்கள் ராமனிடமும் காளியிடமும் அனுமனிடமும்தான் நம்பிக்கை கொள்ள முடியும்.

ஒவ்வொரு முறை நான் அறைக்குச் செல்லும்போதும், ஒவ்வொரு முறை நான் பால்கனிக்குத் திரும்பும்போதும் அந்த நிழல் என்னைத் தொடருகிறது. அது எனது அச்சம்தானா? எனது மனசாட்சியாக இருக்குமா? அல்லது, எனது அவமானம், எனது கோபம், எனது ஏமாற்றம் இவற்றின் திரண்ட உருவா? அல்லது துயரமுற்ற ஏதேனும் ஓர் ஆன்மாவாகக்கூட இருக்கலாமா?

ஒரு சிகரெட் முடிந்ததும் அடுத்ததையும் பற்ற வைத்தபடியே இருக்கிறேன். எனது தாய்நாட்டைப் பற்றி எண்ணும்போதெல்லாம், என் விரல்கள் ஏதாவது செய்ய வேண்டுமென்று பரபரத்துக்கொண்டே இருக்கின்றன, எதுவும் செய்ய வலுவற்ற கோபம் என்னை முடக்குகிறது. உறக்கமற்ற இந்த இரவில், சித்திரக்கூடத்தின் பரந்து விரிந்த இருள்வெளியைப் பார்க்கப் பார்க்க இந்தியாவில் நான் கண்ட கணநேரக் காட்சிகள் என்னைப் பற்றிப் பிடிக்கின்றன; ஏதோ பிசாசைப் பார்த்ததுபோல ஒவ்வொரு முறையும் நான் திடுக்கிடுகிறேன்.

ஒரு ஆவியுருவம் என் முன்னாலும் இருக்கிறது, என் பின்னாலும் இருக்கிறது. யாரது என்று என் தோள்பட்டைமீது கண்ணோட்டிக்கொண்டே இருக்கிறேன். ஒரு புகைப்படலம்போல என் பின்னே நின்றுகொண்டிருப்பது யார்? இந்த அமைதி யான, இருண்ட நடு இரவில் என்னால் சொல்ல முடிகிறது, தெளிவாகச் சொல்ல முடிகிறது: குறுகிய எல்லைகளை உடைத்துக்கொண்டு பரந்து விரிந்த பாரத வர்ஷத்தைக் கண்டறிய ஆசைப்படுகிறான் அவன். இன்றும் அவன் சித்திரக்கூட மலையின் அடிவாரத்தில் கண்களில் பற்றற்ற பார்வையோடு அமர்ந்திருக்கிறான். சுக்குநூறான நமது ஆத்மா, சாவின் கொடுங்கோன்மையிலிருக்கும் நமது அபாய ஜீவிதம், நிலையற்ற நமது உணர்வுகள், அறிவு, நாம் பெற்றிருக்கும் மதிப்பு – இவை எல்லாம் அவனை இன்னமும் நினைவுகூருகின்றன. அவனது

உடலை சரயு நதி என்றோ அடித்துச் சென்றுவிட்டது; ஆனால் அது இல்லாமல் போனாலும் அவன் நம்மைக் கைவிட்டுவிடவில்லை.

நான் சொன்னேன், “விருப்புவெறுப்பற்ற அரசனே, உன் நாட்டைப் பார். நினைவு தெரிந்த நாளிலிருந்தே ராமராஜ்யம் என்ற கனவுடனேயே நாங்கள் வளர்ந்திருக்கிறோம். எங்கள் பார்வையைப் பாழாக்கிய ஒரு கட்டியாக மாறிப்போய்விட்ட அந்தக் கனவோடே நாங்கள் இறக்கவும் போகிறோம். இந்தப் பகல்கனவில் நாங்கள் ஆழ்ந்திருக்கும் இடைவேளைகளில் எங்கள் உடலையும் உணர்வுகளையும் அடையாளங்களையும் இந்தியாவின் கழுகுகள் கொத்திக்கொண்டிருப்பதைப் பார். ஒரு திருடன் மற்றொருவனை விலங்கிட்டு அழைத்துச் செல்வதைப் பார். அதோ அங்கே பார், ஒழுக்கமேயற்ற ஒருவன் மேடையில் நின்றுகொண்டு இந்தியா தூய்மையாக இருக்க வேண்டும், மக்கள் கடினமாக உழைக்க வேண்டும் என்று முழங்கிக்கொண்டிருப்பதை. முதுகெலும்பில்லாதவர்கள் எல்லாம் அரசாட்சியில் ஏறுவதைப் பார். கன்றிப்போய் அழுகி வழியும் உடலுடன் பழைய அரசியல் வியாபாரிகள் தங்களின் அரசியல் வாழ்க்கையைத் தக்க வைத்துக்கொள்வதற்காகக் குரங்குகளைப் போலத் தாவித் தாவிச் செல்வதை உன்னால் காண முடிகிறதா? இந்தியாவில் இப்போது தலைவர்கள் இல்லை, இருப்பது ராஜதந்திரிகள்தான். வழிகாட்டுவதற்காக இவர்கள் யாரும் களத்தில் குதிக்கவில்லை. மக்களுக்காக இவர்கள் எதையும் தியாகம் செய்யவில்லை, மக்களின் விருப்பத்திற்கு இவர்கள் தலைவணங்கவுமில்லை, பிறருக்காகச் சேவைசெய்வதில் தங்களை இழக்கவுமில்லை. ஒரு தலைவனாக, ஒரு அரசனாக இருப்பதற்குத் தலைவன் என்ற கர்வத்தைக் கைவிடுவதும், சுயபுராணம் பாடுவதை நிறுத்துவதும், பிறருக்காகத் தன் உடமைகளையெல்லாம் ஒப்படைப்பதும், எது நியாயமானதோ அதைச் செய்வதன் வாயிலாக முன்மாதிரியாகத் திகழ்வதும் அத்தியாவசியம். இந்தக் குணங்களைக் கொண்டிருந்ததாலேயே நீ சமூகத்தின் ஒரு பெரும்பகுதியை உன் ஆளுகைக்குள் வைத்துக்கொண்டிருக்கிறாய். நீயே தலைவன், நீயே அரசன், நீயே இந்த தேசத்தின் இதயமும் ஆத்மாவும்.”

அந்தத் தூக்கமற்ற இரவு முழுவதையும் நான் தாங்கிக் கொள்ள முடியாத மன அவசத்தில் மெல்லக் கழித்தேன். மறுநாள் விடிந்ததும் நான் சரிந்துகொண்டிருக்கும் ஒரு ஓலைக் குடிசையில் அமர்ந்தபடி சித்திரக்கூடத்தின் சாலைகளைக் கவனித்துக்கொண்டிருந்தேன். என் இதயம் கனத்திருந்தது. கடைக்காரர் மண் அடுப்பில் தணலுக்கு விசிறிக் கொடுத்தபடியே தனது பையனை முணுமுணுப்பாகத் திட்டிக்கொண்டிருந்தார்.

நான் விருந்தினர் மாளிகையைக் காலிசெய்துவிட்டு வேறு எங்காவது விடுதி எடுத்துக்கொள்ள வேண்டும்; இன்றிலிருந்து அது முழுமையாக மூடப்படும். ஆனால் வேறு இடங்களைத் தேடிச் செல்ல என் மனதில் இனி வலுவில்லை. எனது நாட்டைப் பற்றிச் சிந்திக்கும்போதெல்லாம் கோபமும் ஏமாற்றமும் என்னைக் கிழித்துப் போடுகின்றன. மாட்டு மூத்திரத்தைவிடக் கொஞ்சம் பரவாயில்லாமல் இருந்த தேநீருக்கு நான் ஐம்பது பைசா கொடுக்க வேண்டியிருந்தது. கடைக்காரரின் முகத்தை நான் உற்று ஆராய்ந்தேன். இவரும் என் நாட்டுக்காரர்தான்; என் சொந்த நாட்டினர் பலரில் ஒருவர். ஆனாலும் ஏன் அவர் எனக்கு அன்னியர்போலத் தோன்றுகிறார்? நானும்தான் எதற்காக அன்னியனாக உணர்கிறேன்? பலவிதமான அடக்கு முறைகளை மேற்கொள்வதற்காகத்தான் நாம் எல்லோரும் இந்தியாவிற்கு வந்திருக்கிறோம் என்பதுபோல் எனக்கு ஏன் தோன்றிக்கொண்டே இருக்கிறது? நம்மில் யாரையும் நாம் இனி இந்தியன் என்றழைத்துக்கொள்ள முடியாது; உண்மையில் நாம், நாம் எல்லோருமே, அன்னியர்கள்தான். இந்தியாவில் வசிப்பவர்களுக்கு இந்த ஞான திருஷ்டிக் கைவரப் பெற்றதால்தான் அறவுணர்வு இப்போது தலை தூக்குவதே இல்லை.

நான் எழுந்தேன். சித்திரக்கூடத்தில் பார்க்க வேண்டிய வற்றை எல்லாம் பார்த்துவிட்டிருந்தேன்; ஆனாலும் இன்னும் கொஞ்சம் நாட்கள் தங்குவோமே என்ற எண்ணத்துடன் நான் ஜெய்பூரியா யாத்திரிகர் விடுதியில் அறை கேட்கப் போனேன்.

அந்த மானேஜர் நல்ல மனிதர். இவரைப் போன்று இவ்வளவு நியாயமான மனிதரை நான் பார்த்ததில்லை. அரசு விருந்தினர் மாளிகை மூடப்பட்டுவிடும் என்பது அவருக்குத் தெரிந்திருந்தது; எனவே எனக்குப் புகலிடம் அளித்தார்.

நான் காலை பத்து மணிக்கு என் உடைமைகளுடன் ஜெய்பூரியா வந்து சேர்ந்தேன். நல்ல அறை ஒன்றை எனக்கு அளித்தார்கள். சாப்பாடும் பிரமாதமாக இருந்தது. கயிற்றுக் கட்டிலில் படுத்துக்கொண்டு ஓய்வெடுப்போம் என்று கண்ணடைத்தேன். ஆனால் எனக்குள் புழுக்கள் அரித்தெடுக்கத் தொடங்கின; கண்கள் மூடியே இருந்தன, ஆனால் மனதில் ஆறுதலே இல்லை. தூக்கமற்ற இரவுக்கு மறுநாள் எடுப்பதற்கு ஆசைப்படும் தூக்கம் நழுவிப்போய்க் கொண்டே இருந்தது. சட்டென்று நான் எழுந்து உட்கார்ந்தேன். போதும், உடனே கிளம்புவோம். இந்தச் சின்ன, அச்சம் துரத்தும் அறையில் இனி ஒரு நொடிகூட என்னால் இருக்க முடியாது. ஜன்னலுக்கு வெளியே பிரதான சாலையில் பஸ்கள் ஓசையோடு கடந்து சென்றுகொண்டிருக்கின்றன.

“கிளம்பிட்டீங்களா?” மானேஜர் ஆச்சரியத்தோடு கேட்டார். “வந்து கொஞ்சம் நேரம்கூட ஆகலே.”

நான் தலையை அசைத்தேன். “எனக்குப் போகணும்.”

சித்திரக்கூடத்தை விட்டு பஸ் பரந்த நிலப்பரப்பைக் கிழித்தபடி சென்றுகொண்டிருந்தபோது நான் சூரியனையும் கடும் வெக்கையையும் அவ்வளவு உணரவில்லை. என் இதயத்தில் பற்றி எரிந்துகொண்டிருந்த ஆவேசம், ஆத்திரம், ஏமாற்றம் இவற்றின் பிழம்புகள், புறத்தின் கோடை வெயிலைப் பனியைப் போல உணரச்செய்தன.